ശലഭം പറഞ്ഞത്

ഡോ. സേതുലക്ഷ്മി എം.എസ്.

ചങ്ങനാശ്ശേരി സ്വദേശിനി. എൻ.എസ്.എസ് കോളേജ് ചങ്ങനാശ്ശേരി, യൂണിവേഴ്സിറ്റി കോളേജ് തിരുവനന്തപുരം എന്നിവിടങ്ങളിൽ വിദ്യാഭ്യാസം. കേരളാ സർവ്വകലാശാലയിൽ നിന്നും എം.എ, എം.ഫിൽ, പി.എച്ച്.ഡി ബിരുദങ്ങൾ. നിലവിൽ തിരുവനന്തപുരം ഗവൺമെന്റ് വിമെൻസ് കോളേജിൽ മലയാളവിഭാഗം അധ്യാപിക.

ഭർത്താവ് : സജു ആർ.

മക്കൾ : മീനാക്ഷി, ദത്താത്രേയ്

ഫോൺ നമ്പർ: 9539826295

email: lekshminanda.9@gmail.com

ഡോ. സേതുലക്ഷ്മി എം. എസ്.

ശലഭം പറഞ്ഞത്

കഥകൾ

FEMINGO BOOKS
2022

വില: 150 രൂപ

Salabham Paranjathu
By Dr. Sethulekshmi M.S.
Malayalam Stories

Published by:-
FEMINGO BOOKS
femingobooks@gmail.com
Ph: 90740 98776, 8301034604

Cover Design:
Rajesh Chalode

Printed in India
at Max

Edition:
First Editon October 2022
Copies: 1000

Price: Rs. 150

ISBN: 978-93-91085-27-8

പ്രസാധകക്കുറിപ്പ്

ഹൃദയവികാരങ്ങൾ ആർദ്രമായും ലളിതമായും ആഖ്യാനം ചെയ്തിരിക്കുന്ന ഒരു കൂട്ടം കഥകൾ. ഒരു സ്ത്രീപക്ഷ ചിന്ത, ഇതിലെ ഓരോ കഥകൾക്കുമുണ്ട്. പുരുഷന്റെ തികച്ചും വ്യത്യസ്തമായ ലോകം അവളെ അമ്പരപ്പിക്കുന്നു. ശബ്ദകോലാഹലങ്ങളില്ലാതെ, ഏറെ സ്നേഹത്തോടെ വിരൽ പിടിച്ചു നടത്തുന്ന ആഖ്യാന ശൈലി. കഥയുടെ ഭാണ്ഡക്കെട്ടുമായി ഇതാ പടവുകയറി വരുന്നു കഥയമ്മ...

ദുർഗ മനോജ്
ഫെമിൻഗോ ബുക്സ്

സമർപ്പണം

എന്നെ സ്നേഹിക്കുന്ന
എന്റെ അധ്യാപകർക്ക്

അവതാരിക

മഴനൂലുകൾ കയറുപോലെ

എം. രാജീവ്കുമാർ

സാഹിത്യത്തിൽ ഒരു വഴി മാത്രമല്ല പല വഴികളുമുണ്ട്. ജീവിതാഖ്യാനം നിർവഹിക്കുമ്പോൾ അതിന്റെ വൈവിധ്യത്തിനാണ് പ്രാധാന്യം. ആവിഷ്കരിക്കുന്ന കഥാതന്തുവിന്റെ ആഖ്യാനമാണ് ഒരു കഥയെ വ്യത്യസ്തമാക്കുന്നത്. പ്രമേയത്തെ അവതരിപ്പിക്കുന്ന രീതികൊണ്ട് ജ്വലിപ്പിക്കുന്ന കഥനവൈഭവമാണ് കഥയുടെ ഔന്നിത്യത്തിന് നിദാനം. എന്നാൽ ആന്തരികമായ കഥാവസ്തുവിന്റെ ആഴത്തിലുള്ള സഞ്ചാരത്തിലും കഥ ദീപ്തമാകാറുണ്ട്. അത്തരത്തിൽ ജീവിതത്തിലേക്ക് ഉറ്റുനോക്കുന്ന കഥകളാണ് ഡോ. എം. എസ്. സേതുലക്ഷ്മിയുടേത്.

കഥയുടെ ഭാണ്ഡക്കെട്ടുമെടുത്ത് കഥയമ്മ യാത്ര പറഞ്ഞിറങ്ങുകയാണ്, ഈ ഒറ്റ വരിയിൽ കഥാകാരിയ്ക്ക് പറയാനുള്ളതെല്ലാമുണ്ട്. വിങ്ങിപ്പൊട്ടുന്ന മനസ്സിന്റെ ഭാരം ഇറക്കിവയ്ക്കാൻ എഴുതിയതല്ലേ ഓരോ കഥയും എന്നു തോന്നിപ്പോകും. ഒന്നുമില്ലാതെ വെറുതെ കഥ പറയുന്ന സ്വഭാവമുള്ള കഥകളല്ല ഇവ. ചെറുതെങ്കിലും മനസ്സിനെ തൊടുന്ന മുഹൂർത്തങ്ങളാണ് കഥകളിൽ ഒളിപ്പിച്ചുവച്ചിരിക്കുന്നത്. പകൽ മുഴുവൻ വീടുവീടാന്തരം കയറിയിറങ്ങി വിശപ്പിനു വഴി കണ്ടെത്തിയിരുന്ന ഒരു സ്ത്രീയും അവളുടെ കുഞ്ഞും സ്കൂളിലേക്കുള്ള തന്റെ യാത്രയിലെ നിത്യകാഴ്ചയായിരുന്നു എന്ന് കഥാകാരി, ദോശയുടെ തുടക്കത്തിൽ എഴുതുമ്പോൾത്തന്നെ കഥാന്തരീക്ഷം തെളിയുകയാണ്. ദാരിദ്ര്യവും ദോശയും തമ്മിലുള്ള ബന്ധമാണ് കഥയിൽ. വിശപ്പിനപ്പുറം ഏതക്ഷരമാണൊരു കുഞ്ഞിനെ തൊടുക? എന്ന മഹത്തായ വാക്യം കൊണ്ടാണ് കഥ അവസാനിക്കുന്നത്.

ശലഭം പറഞ്ഞത്

സ്കൂൾ അന്തരീക്ഷത്തിലുള്ള കഥകളാണ് അല്ലെങ്കിൽ അധ്യാപികയുടെ വീക്ഷണത്തിലൂടെയാണ് ഒട്ടുമിക്ക കഥകളുടേയും ആഖ്യാനം. ശീർഷകകഥയിൽ പെൻഷൻ പറ്റിയ വിജയലക്ഷ്മിയാണ് നായിക. സിഗററ്റ് വലിച്ചതിന്റെ പേരിൽ ഒരു കുട്ടിയെ സ്കൂളിൽ നിന്ന് പുറത്താക്കുന്നു. പിന്നെ അവന്റെ ഭാവിയാണ് പ്രശ്നം. അതിന് കാരണക്കാരിയായ ടീച്ചർ പറയുന്നുണ്ട്, പുഴുവെന്ന് നമ്മൾ നിസ്സാരവൽക്കരിക്കുന്ന പലതും ശലഭങ്ങളുടെ ആരംഭമാണ് എന്ന്. ഈ ഒറ്റവരിയുടെ ആഖ്യാനമാണ് ഈ കഥ. തെമ്മാടി എന്ന കഥ തുടങ്ങുന്നതു തന്നെ അവനൊരു പരമതെമ്മാടിയാണ് എന്ന വാചകത്തോടെയാണ്. കോളേജിൽ പഠിക്കുന്ന കാലത്തെ പ്രണയം, കാലം വേർപെടുത്തിയാലും അത് അവസാനിക്കുന്നില്ല. അവർ പ്രണയിച്ചുകൊണ്ടേയിരിക്കും എന്ന ചിന്തയിലേയ്ക്കാണു കഥ മുന്നേറുന്നത്. മധുരനൊമ്പര മിഠായി, ഒരു പ്യാരി മിഠായിയിലാണ് ചെന്നെത്തുന്നത്. ഗൃഹാതുരത്വമുണർത്തുന്ന സ്കൂൾ ഓർമ്മകളാണ് ഇതിലെ വിഷയം.

പഴുതാര എന്ന കഥയിൽ ബന്ധങ്ങളുടെ പ്രതീകമായി അതു വളരുന്നതു കാണാം. പണിക്കാരനും അമ്മായിയും തമ്മിലുള്ള അവിഹിതം ഒമ്പതു വയസ്സുകാരി കാണുന്നു. അന്നേ മനസ്സിൽ ഭീതി നിറയുന്നു. ഒടുവിൽ ഒരു വലിയ പഴുതാരയെ പണിക്കാർ കൊല്ലുന്നത് വർഷങ്ങൾക്കുശേഷം അവൾ കാണുകയാണ്. മനസ്സിന്റെ ഭാവാവിഷ്കാരത്തിനാണ് പഴുതാരയെ കഥാകാരി കൊണ്ടുവരുന്നത്. ബോധപൂർവ്വമുള്ള പ്രതീകസൂചകങ്ങൾ കഥയിൽ പ്രയോഗിക്കുന്നതാവാൻ വഴിയില്ല. യാദൃശ്ചികമായി സംഭവിക്കുന്നതാവാം. എന്തായാലും കഥാനിരീക്ഷണത്തിൽ ഭാവപ്രകാശനത്തിന് സാധ്യത നൽകുന്നവയാണ് അത്തരം കൽപ്പനകൾ. കടൽമീനുകൾ, മഴനൂലുകൾ തുടങ്ങിയ കഥകളിൽ മതം, ജാതി ചിന്തകൾ എന്നിവ മനുഷ്യബന്ധങ്ങളിൽ ഏൽപ്പിക്കുന്ന നീറ്റലുകൾ വ്യക്തമാക്കുന്നു. കൂട്ടുകാരികൾ തമ്മിലും കൂട്ടുകാരന്മാർ തമ്മിലുമുള്ള ബന്ധങ്ങളിലെ വിങ്ങലുകളാണ് ഈ കഥകളിൽ സേതുലക്ഷ്മി ആവിഷ്കരിക്കുന്നത്. മനുഷ്യർ തമ്മിലുള്ള ബന്ധത്തിന്റെ ഊഷ്മളത നിലനിർത്തുന്ന കഥകളാണവ.

വാടകയ്ക്ക് ഒരമ്മ എന്ന കഥയിൽ മാതൃത്വത്തിന്റെ സ്പർശമുണ്ട്. മറ്റാരുടെയോ അമ്മയുടെ മടിയിൽ ശയിക്കുന്ന മറ്റാരുടെയോ മകൻ, പുതിയകാലത്ത് ബന്ധങ്ങൾക്കു സംഭവിച്ച മാറ്റമാണ് അതിൽ ചിത്രീകരിക്കുന്നതെങ്കിൽ, സുജാത ടീച്ചർ ഒറ്റപ്പെടുന്ന

സ്ത്രീയുടെ വിങ്ങൽ ആവിഷ്കരിക്കുന്നു.

ഒന്ന് ഉറപ്പിച്ചു പറയാം. ക്ലിഷ്ടമായ കഥാഖ്യാനമല്ല, ലളിതവും സുതാര്യവുമായ കൽപ്പനകളിലൂടെയാണ് സേതുലക്ഷ്മിയുടെ കഥകൾ പുരോഗമിക്കുന്നത്. ശില്പത്തിന്റെ ഭാരമോ ദർശനങ്ങളുടെ വിപുലതയോ ഇല്ലാതെ, ലോകത്തിനു മുഴുവൻ ശാന്തിയും സമാധാനവും ഉണ്ടാകണമെന്ന് ആഗ്രഹിക്കുന്ന മനസ്സിന്റെ കഥകളാണ് ഇവ. ലോകം ഇങ്ങനെ കലങ്ങിമറിഞ്ഞാൽ കഥാകാരിക്ക് എന്ത് ചെയ്യാനാവും? നോവുന്ന മനസ്സുമായി പിൻവാങ്ങാൻ അല്ലാതെ. നുണകൊണ്ടവാക്കുകൾ അത്തരമൊരവസ്ഥയുടെ ഏറ്റുപറച്ചിലാണ്. കോളജിൽ വച്ച് കണ്ടുമുട്ടിയ വിഷ്ണുവും ഗാഥയും പ്രണയംമൂത്ത് വീട്ടുകാരെ ധിക്കരിച്ച് ഒന്നിച്ച് താമസിക്കുന്നു. ആ ദമ്പതികൾക്ക് പിറന്ന മാളവിക എന്ന കുട്ടിയുടെ തിരോധാനവും തുടർന്ന് കണ്ടെത്തുമ്പോൾ കേൾക്കാനിടയാകുന്ന നീറുന്ന വാർത്തയും ഒരു പഴങ്കഥയിൽ ഒളിപ്പിച്ചാണ് ആഖ്യാനം ചെയ്തിരിക്കുന്നത്. അമ്മയും കുഞ്ഞും തമ്മിലുള്ള ബന്ധം അതായത് പുത്രിയും മാതാവും തമ്മിലുള്ള സുദൃഢബന്ധമാണ് ഈ കഥയിൽ വെളിവാകുന്നത്.

ഒപ്പം ഇരുവരുടേയും മന:ശാസ്ത്രവും എത്ര വിദഗ്ധമായിട്ടാണ് സങ്കീർണമായ ഒരു മുഹൂർത്തത്തിലൂടെ കഥാകാരി കൈകാര്യം ചെയ്തിരിക്കുന്നത്! പറയാതെ പറയുന്ന കഥയുടെ ധ്വനിപ്രസരമാണ് ഈ കഥയുടെ സൗന്ദര്യം വർദ്ധിപ്പിക്കുന്നത്.

പൊന്നു, സൈനബ എന്നീ കഥകൾ കഥാപാത്രപ്രധാനമാണ്. ഓരോ വ്യക്തികളുടേയും നിർദ്ധാരണം സാധ്യമാക്കുന്ന കഥകൾ. ഒരു ടീച്ചറിനു മഴനൂലുകൾ കയറുപോലെ തോന്നാൻ കാരണമെന്താണ്? കൗമാര മനസ്സിന്റെ പുതിയ കാലത്തിലേക്കുള്ള കുതിപ്പറിയാൻ പറ്റാത്തതിലെ കുറ്റബോധമല്ലേ? മഴനൂ ലൂകളാണ് ഈ സമാഹാരത്തിലെ മികച്ച കഥ. ഈ കഥകൾ പുതുഭാവുകത്വത്തിന്റേതല്ലെങ്കിലും മനുഷ്യസ്പർശം കൊണ്ട് ആർദ്രമാണ്. കരയുകയല്ല, വിതുമ്പുക പോലും ചെയ്യാത്ത കഥകൾ! എന്നാൽ മാന്ത്രികസ്പർശമായി ഹൃദയവികാരങ്ങൾ ഓരോ കഥയിലും അടക്കം ചെയ്തിരിക്കുന്നു. ആഖ്യാന വൈവിദ്ധ്യമില്ലാതെ കഥയെ അനുഭവിപ്പിക്കുന്ന സത്യമായി രൂപപ്പെടുത്തുന്നതിനുള്ള ബോധപൂർവ്വമായ ശ്രമമാണ് സേതുലക്ഷ്മിയ്ക്ക് കഥയെഴുത്തെന്ന് തോന്നുന്നു. ഒന്നുറപ്പാണ് മനസ്സിൽ ചാരിനിന്നുകൊണ്ട് ലോകം കാണുന്ന ഒരു എഴുത്തുകാരി കൂടി ഇതാ പിറവിയെടുത്തിരിക്കുന്നു.

ആമുഖം

ഡോ. സേതുലക്ഷ്മി എം. എസ്.

ജീവിതയാത്രയ്ക്കിടയിൽ കണ്ടുമറന്നതും ഓർമ്മയിൽ തങ്ങിനിന്നതുമായ ഒരു കൂട്ടം മനുഷ്യർ, അവർ പല കാലങ്ങളിൽ മനസ്സിന്റെ ഉള്ളറകളിൽ മുട്ടയിട്ടു. കാലംകടന്നപ്പോൾ അവ രൂപാന്തരം പ്രാപിച്ച് ശലഭങ്ങളായി. പിന്നെ എരിവേനലും, പേമാരിയും എന്റെ മനസ്സിനെ കീഴടക്കി. അപ്പോഴേക്കും ശലഭങ്ങൾ ചെറുചിറകുകൾ വീശിപ്പറന്നു തുടങ്ങിയിരുന്നു. അവയെ ഞാൻ കടലാസുതാളുകളിലേക്കു പറത്തിവിട്ടു. ശലഭങ്ങൾ, സ്വപ്നദൂതർ. അവയോളം ജീവിതത്തെ മറ്റാരുകണ്ടു!

ഇനി, ശലഭം പറയട്ടെ...

ഉള്ളടക്കം

1

കഥയമ്മ

കഥയുടെ ഭാണ്ഡക്കെട്ടുമെടുത്ത് കഥയമ്മ യാത്ര പറഞ്ഞിറങ്ങുകയാണ്. അങ്ങു പടിഞ്ഞാറൻ മാനത്തെ ചുമന്ന മേഘക്കീറുകൾ നോക്കിച്ചിരിച്ചാണു കഥയമ്മ യാത്ര ചെയ്യുന്നത്. ഒപ്പം പടിയിറങ്ങി ഓടിയാലോ? വേണ്ട, കഥയമ്മയ്ക്കത് ഇഷ്ടപ്പെടില്ല.

വെണ്ണക്കണ്ണന്റെ കഥ പറഞ്ഞു തന്നത് ഇന്നലെ രാത്രിയാണ്.

അതിനും മുൻപാണു വില്ലൊടിച്ചു രാമൻ സ്വന്തമാക്കിയ സീതയെക്കുറിച്ചു പറഞ്ഞത്.

അതിനും മുൻപ് രാജകുമാരന്റെ കഥ, പിന്നീടു രാജകുമാരിയുടെ കഥ, സിംഹത്തിന്റെ, ആനയുടെ, കടുവയുടെ, പുലിയുടെ, കുറുക്കന്റെ കഥ, കഥയമ്മയുടെ ഭാണ്ഡം നിറയെ ക്കഥകളാണ്.

ആകാശത്തു കാർമേഘം കൂടുകൂട്ടിയാൽ,

ഒച്ചയിലൊരു ഇടിനാദത്തോടെ ഒരു മിന്നർപ്പിണർ ഭൂമിയിൽപ്പതിച്ചാൽ,

മഴത്തുള്ളി ഒരു കുടം പെയ്താൽ,

മഴയൊരു ചാറ്റലായി ഒടുങ്ങിയാൽ,

വേനൽ ജ്വലിച്ചാൽ,

കുരുമുളകുപഴുത്തു തുടങ്ങിയാൽ, അങ്ങനെ എന്തിനും ഏതിനും കഥയമ്മ കഥ പറഞ്ഞു.

കഥയമ്മയുടെ കഥകൾക്കു സ്നേഹച്ചൂടും, കണ്ണീർ നനവും ഉണ്ടായിരുന്നു.

കഥയമ്മ കഥ പറഞ്ഞുകൊണ്ടേയിരുന്നു.

ഒടുവിലൊരു നാൾ കഥയൊക്കെ തീർന്നാലോ കഥയമ്മേ?

എന്തുകൊണ്ടോ ഒരാളും ആ ചോദ്യം ചോദിച്ചില്ല അന്നേവരെ.

എല്ലാവരും കാത്തിരുന്നു, കഥയമ്മയുടെ കഥ നിറഞ്ഞ ഭാണ്ഡ

ത്തിൽ നിന്നും ഉതിർന്നു വീഴുന്ന പുത്തൻ കഥകൾക്കായി.

എന്നാലോ, കഥയമ്മയും കരഞ്ഞിരുന്നു പോലും, കഥയമ്മയുടെ കലങ്ങിയ കണ്ണുകണ്ട് കഥകളും കരഞ്ഞിരുന്നത്രേ

എന്തിനാവും കഥയമ്മ കരഞ്ഞത്?

കഥകൾ പറഞ്ഞു തീർന്നിട്ടോ? അതോ പറഞ്ഞു തീരാത്തത്രയും കഥകൾ മലവെള്ളപ്പാച്ചിൽ പോലെ തന്നെ ഉപേക്ഷിച്ചു പോകുമെന്നോർത്തിട്ടോ?

ഒടുവിലതു സംഭവിച്ചു. കഥയമ്മ മടങ്ങി. അവിടെ കഥയമ്മയെ കാത്തു കഥക്കുട്ടികൾ കാത്തിരിപ്പുണ്ടാകണം.

അതല്ലാതെ കഥയമ്മ മടങ്ങില്ല. എനിക്കുറപ്പുണ്ട്.

ഒന്നു കാണണം, പക്ഷേ, അതെങ്ങനെ?

എനിക്കു മുന്നിലൊരു കടലുണ്ട്. മരണത്തിന്റെ തണുത്ത കടൽ.

കറുത്ത കടൽ.

കാത്തിരിക്കുകയാണു പൊൽനക്ഷത്രമേ നിന്നെ ഞാൻ തണുത്ത രാവിന്റെ നനുത്ത മാറിൽ.

ഒരു കഥ നീ എനിക്കായ് പൊഴിക്കുക...ഒരു കഥ മാത്രം.

(കഥാകാരി അഷിതയുടെ ഓർമ്മക്ക്)

○○

2
വാടകയ്ക്ക് ഒരമ്മ

'വഖ്ത് നെ കിയാ ക്യാ ഹസീൻ സിതം, തും രഹെ ന തും ഹം രഹെ ന ഹം................'

കാർ നഗരവീഥിയിലൂടെ മെല്ലെ മുന്നോട്ടു നീങ്ങുമ്പോൾ ഏതോ എഫ് എം ചാനലിൽ ഗുരുദത്തിന്റെ കാഗസ് കെ ഫൂലിൽ നിന്നുള്ള ഗാനം. പെട്ടെന്ന് മകൾ ചാനൽ മാറ്റി. ഞാൻ ഒളികണ്ണിട്ട് അവളെ നോക്കി. ഇത്തരം പതിഞ്ഞ താളത്തിലുള്ള ഗാനങ്ങൾ ഇഷ്ടപ്പെടാനുള്ള പ്രായമല്ലല്ലോ അവൾക്ക്. കൗമാരത്തിന്റെ ഊർജ്ജസ്വലതയിൽ നിൽക്കുന്ന അവൾക്ക്, ഗൃഹാതുരത്വത്തിന്റെ മേമ്പൊടി ചേർത്തു ഓർമകളാൽ പൊതിഞ്ഞു പ്രായമായവർ കേൾക്കുന്ന ഇത്തരം ഗാനങ്ങൾ കേൾക്കാൻ ഇഷ്ടമുണ്ടാവില്ല.

വണ്ടി മെല്ലെ തിരിച്ചു പാർക്കിന്റെ കോമ്പൗണ്ടിലേക്ക് കയറ്റിയിടുമ്പോൾ ഇത്തിരി നേരം എവിടെയെങ്കിലും ചെലവഴിക്കണം എന്നും മടുപ്പിക്കുന്ന നഗരത്തിരക്കിൽ നിന്ന്, ഇടുങ്ങിയ ഫ്ളാറ്റിന്റെ ചുവരുകൾ നൽകിയ തടവിൽ നിന്ന്, ആവർത്തനവിരസത മാത്രമുള്ള ജോലിയുടെ സമ്മർദങ്ങളിൽ നിന്ന് അല്പനേരമെങ്കിലും ഒരു മോചനം എന്നും മാത്രമേ കരുതിയിരുന്നുള്ളൂ.

പാർക്കിലെ ബഞ്ചിൽ രണ്ടറ്റത്തായി മൗനം വാരി മൂടി ഞങ്ങളിരുന്നു. ഞാൻ അവളെ നോക്കി എന്നോട് അവൾക്കൊന്നും സംസാരിക്കാനില്ല എന്നത് എന്നെ അത്ഭുതപ്പെടുത്തിയില്ല. എന്റെ ഗർഭാശയത്തിൽ വേരുപിടിച്ച ആ പിഞ്ചു കുഞ്ഞിൽ നിന്നും ഇന്നത്തെ ഈ കൗമാരക്കാരിയിലേക്കും അവിടെ നിന്നും ഒരു സ്വതന്ത്ര വ്യക്തിയെന്ന മാനസികാവസ്ഥയിലേക്കും അവൾ വളർന്നുകൊണ്ടിരിക്കുന്നു. അവൾക്ക് അവളുടേതായ ചിന്തകളും ആശയങ്ങളുമുണ്ട്. അതൊക്കെയും ഒരു തലമുറ മുന്നിലെ എന്റെ ആശയങ്ങളോട് യോജിച്ചു കൊള്ളണമെന്നില്ല. അതൊരു തെറ്റല്ല അതിന

പ്പുറം തികഞ്ഞ സ്വാഭാവികതയാണുതാനും.

പെട്ടെന്നവൾ ചാടിയെഴുന്നേറ്റു. 'പ്രിയാ' എന്ന് ഉറക്കെ വിളിച്ചു കൊണ്ട് അല്പം അകലെക്കൂടി നടന്നു പോയിരുന്ന ഒരു കുട്ടിയുടെ അടുത്തേക്ക് ഓടിച്ചെന്നു. അതീവസന്തോഷത്തോടെ അവർ ഇരുവരും അവിടെ നിന്ന് സംസാരിക്കുന്നത് ഞാൻ ഒരു പുഞ്ചിരിയോടെ നോക്കിയിരുന്നു. 'ഇത്തിരി നടന്നിട്ട് വരാം' എന്ന അർത്ഥത്തിൽ അവൾ എന്നെ നോക്കി കൈ കാണിച്ചു. 'പോയിട്ട് വാ' എന്ന അർത്ഥത്തിൽ ഞാനും പ്രതിവചിച്ചു. കുട്ടികൾ രണ്ടും കൂടി കലപിലാ എന്ന് എന്തൊക്കെയോ പറഞ്ഞു കൊണ്ട് നടന്നു പോയി.

ഒറ്റയ്ക്ക് ഇരുന്നു ഞാൻ പാർക്കിലെമ്പാടും കണ്ണോടിച്ചു. ഒരു ഘടികാരത്തിലെ സൂചികളെപോലെ മൂന്നു വിവിധ വേഗതയിൽ ഉള്ള ചലനങ്ങളാണ് എനിക്ക് കാണാൻ ആകുന്നത്. കുട്ടികളും കൗമാരക്കാരും സെക്കന്റ് സൂചി പോലെ ഗതിവേഗമുള്ളവരാണ്. മധ്യവയസിലുള്ളവരാകട്ടെ മിനിറ്റ് സൂചി പോലെ ഇത്തിരി കൂടി കുറഞ്ഞ ആവേഗത്തിൽ നീങ്ങുന്നുണ്ട്. എന്നെ പോലെ ചിലരെങ്കിലും മണിക്കൂർ സൂചിയെ അനുകരിക്കുന്ന ആവേഗത്തിലുമുണ്ട്. എന്തിനെന്നറിയാത്ത വിധം ഉള്ളിലൊരു ചിരി പൊട്ടി.

പെട്ടെന്നാണ് അവർ എന്റെ ശ്രദ്ധയിൽപെട്ടത്. കയ്യിൽ ഒരു പ്ലാസ്റ്റിക് കവറും മുഷിഞ്ഞ സാരിയും പാറിപ്പറന്ന മുടിയുമായി നടക്കാൻ ബുദ്ധിമുട്ടുണ്ട് എന്ന് തോന്നിക്കുന്ന അംഗചലനങ്ങളോടെ ഒരു സ്ത്രീ എൻറെ സമീപത്തുള്ള മറ്റൊരു ബഞ്ച് ലക്ഷ്യമാക്കി നടക്കുന്നു. ഒരു കൗതുകത്തിനു എന്റെ കണ്ണുകൾ അവർക്കൊപ്പം സഞ്ചരിച്ചു.

ആ ബഞ്ചിൽ സുമുഖനായ ഒരു ചെറുപ്പക്കാരൻ കിടക്കുന്നുണ്ടായിരുന്നു. ആ സ്ത്രീ തന്റെ നരച്ച മുടിയൊതുക്കിക്കൊണ്ട് ആ ബഞ്ചിൽ അയാൾക്കൊപ്പമിരുന്നു. അവരെ കണ്ടതും ചെറുപ്പക്കാരൻ വളരെ ശാന്തമായ ഭാവത്തിൽ നടുവൊന്നു പൊന്തിച്ചു അവരുടെ മടിയിലേക്ക് തല ചേർത്ത് വച്ച് കിടന്നു. അവരാകട്ടെ മെല്ലെ അയാളുടെ തലമുടി തലോടിക്കൊണ്ടിരുന്നു.

അവരുടെ സ്വകാര്യതയെ മറികടക്കുന്നത് മര്യാദയല്ല എന്ന് മനസ് പല ആവർത്തി എന്നോട് പറഞ്ഞിട്ടും ഇടയ്ക്കിടെ എന്റെ ശ്രദ്ധ അവരിലേക്ക് നീങ്ങി. ഞാൻ അവരെ ശ്രദ്ധിക്കുന്നത് മനസിലാക്കിയിട്ടാകും ആ സ്ത്രീ എന്നെ രൂക്ഷമായി നോക്കി.

"എന്തിരെടീ നോക്കണത്?. അമ്മയ്ക്കും മോനും ഒരു സ്ഥല

ത്ത് വന്നിരുന്നുകൂടെ?. ഇതിൽ ഇത്തറേം നോക്കാൻ എന്തര് ഇരിക്കണ്. ഇത് നല്ല കൂത്ത്'

അവരുടെ പെട്ടെന്നുള്ള തീവ്രമായ ഈ പ്രതികരണം എന്നെ ഞെട്ടിച്ചു. ചുറ്റുമുള്ളവർ എന്നെ ശ്രദ്ധിക്കുന്നുണ്ടോ? തലകുനിച്ചിരിക്കാൻ മാത്രമാണ് അപ്പോൾ തോന്നിയത്.

കുറച്ചുനേരം കഴിഞ്ഞ് ഞാൻ വീണ്ടും അവരെ ശ്രദ്ധിച്ചു. അവർ ആ ചെറുപ്പക്കാരന്റെ മുടിയിൽ തലോടുകയും അയാളുടെ കൈകളിൽ താളം പിടിക്കുകയും ചെയ്തുകൊണ്ടിരുന്നു. അവർ വീണ്ടും എന്നെ ശ്രദ്ധിക്കുന്നുവെന്ന് എനിക്ക് തോന്നി. ഞാൻ നോട്ടം മാറ്റി. ഏകാന്തതയിൽ തപസിരിക്കാനൊന്നും എന്റെ മനസിനറിയില്ല. ഞാൻ പാർക്കിലെ ഓരോയിടത്തേക്കും എന്റെ ശ്രദ്ധ മാറ്റാൻ ശ്രമിച്ചു. പക്ഷേ ഒടുവിൽ അവരിലേക്ക് തന്നെ ഞാൻ എത്തിപ്പെട്ടു.

'ഒരിയ്ക്കേ പറഞ്ഞാ മനസിലാവൂല്ലേ, ഇതൊക്കെ എവിടന്നു വരണപ്പാ. അമ്മേം മോനേം കണ്ടിട്ടില്ലാത്ത ജീവികൾ'

അവരുടെ ശബ്ദം കൂടുതൽ പരുഷമാകാൻ തുടങ്ങിയപ്പോൾ എനിക്കൊരു ബുദ്ധിതോന്നി.

'അമ്മയെ നല്ല പരിചയം തോന്നി അതാ നോക്കിയത്.'

ആ മറുപടി ലക്ഷ്യം കണ്ടെന്നു തോന്നുന്നു. എന്തായാലും അവർ പിന്നീട് ഒന്നും മിണ്ടിയില്ല. ഞാനും പരമാവധി അവരെ ശ്രദ്ധിക്കാതിരിക്കാൻ ശ്രമിച്ചു. അതിനിടെ മകളും കൂട്ടുകാരിയും തിരിച്ചെത്തി. എന്നോട് യാത്ര പറഞ്ഞു കൂട്ടുകാരി പോയപ്പോൾ തിരികെ പോകാൻ ഒരുങ്ങി ഞാനും എഴുന്നേറ്റു. ആ സ്ത്രീയുടെ മടിയിൽ കിടന്ന ചെറുപ്പക്കാരൻ എന്റെ മുന്നിലൂടെ പാർക്കിനു പുറത്തേക്ക് നടന്നു പോയി. ഞാൻ എഴുന്നേറ്റതും ആ സ്ത്രീ എന്റെ അടുത്തേക്ക് വന്നു. അവരുടെ ഭാവം എന്നിൽ അല്പം ഭീതിയുണ്ടാക്കി. ഇനി എന്താവും അവർ പറയാൻ പോകുന്നത്?

'എന്നെ നിനക്കറിയാമോ?'

'പിടികിട്ടുന്നില്ല, പക്ഷേ, നല്ല പരിചയം തോന്നുന്നു. അതാ നോക്കിയത്. ഞാനൊരു അധ്യാപികയാണ്'

അവരുടെ കണ്ണുകളിൽ ഒരു തിളക്കം പ്രത്യക്ഷപ്പെട്ടു.

'ഓ ടീച്ചറാന്നോ, എനിക്കിഷ്ടാ ടീച്ചർമാരെ. എന്റെ മക്കളിൽ ആരേലുമൊക്കെ ടീച്ചറാവണം എന്ന് ആശിച്ചിരുന്നു. എവിടെ. ഒന്നും നടന്നില്ല'

അവരുടെ ശബ്ദത്തിൽ നിരാശ നിറഞ്ഞു.

'ആ പോയ മകനെന്തു ചെയ്യുന്നു?'

ശലഭം പറഞ്ഞത്

'അയാളെന്റെ മകനല്ല ടീച്ചറേ. അതൊരു ബാങ്ക് ജോലിക്കാരനാ, ഇടയ്ക്കിടെ എന്നെ അന്വേഷിച്ച് വരും ഇതുപോലെ കുറേനേരം എന്റെ മടിയിൽ തലവെച്ച് കിടക്കും. ചിലപ്പോ ഇത്തിരി കരയും. ഇത്തിരി കഴിയുമ്പോൾ അങ്ങ് പോകും. പോകുന്നതിനു മുൻപ് അൻപതോ നൂറോ എനിക്ക് തരും.'

ഞാൻ അത്ഭുതത്തോടെ അവരെ നോക്കി.

അവർ വേദനയിൽ കലർന്ന ഒരു ചിരി ചിരിച്ചു.

'ടീച്ചറേ നിങ്ങൾക്കറിയാമോ എന്തോ? ഈ നഗരത്തിൽ ഇവിടെ എന്തും കിട്ടും. പക്ഷേങ്കീ സങ്കടം വരുമ്പോ ഒന്ന് മുഖം പൊത്തിക്കരയാൻ, ഇത്തിരി നേരം തലവച്ചു കിടക്കാൻ. ആ പെറ്റിട്ടിട്ട് എങ്ങാട്ടോ പോയ അവന്റെ തള്ളയെ പറഞ്ഞാൽ മതി. അല്ലെങ്കീ ഞാൻ എന്തരിന് അവരെ കുറ്റം പറേണം. ഇന്നിനി അധികം തെണ്ടാതെ കൂര പിടിക്കാനൊള്ള വക അവൻ തന്നിട്ടുണ്ട്. അപ്പൊ എനിക്ക് നന്ദീണ്ടാവണം. അല്ലേ?'

ഞാൻ അവിശ്വസനീയതയോടെ അവരെ നോക്കി നിന്നു. വെറ്റിലക്കറ പുരണ്ട പല്ലുകൾ കാട്ടിക്കൊണ്ടു അവരൊന്ന് ചിറികോട്ടി ചിരിച്ചെന്നു വരുത്തി. എന്നിട്ട് മെല്ലെ നടന്നു. ഒന്ന് രണ്ടു ചുവടുകൾക്ക് ശേഷം അവർ മെല്ലെ തിരിഞ്ഞു നിന്നു എന്നെ നോക്കി പറഞ്ഞു.

'ഒള്ളപ്പം ഒന്നിന്റേം വെല അറിയില്ല ടീച്ചറേ. എന്റെ വയറ്റി പെറന്നതിനൊന്നും എന്നെ വേണ്ടാ. തെണ്ടിക്കൂട്ടുന്ന കാശുമതി.'

അവർ ധൃതിയിൽ നടന്നു.

ഞാൻ അവരെ തന്നെ നോക്കി നിന്നു. പെട്ടെന്ന് എന്റെ കയ്യിലാരോ മുറുകെ പിടിച്ചു. മോളാണ്. അവൾ അവരെ തന്നെ നോക്കി നിൽക്കുന്നു.

'അമ്മാ പോകാം.'

ഞാൻ അവളെ നോക്കി അവൾ എന്റെ കയ്യിൽ മുറുകെ പിടിച്ചു നടന്നു. ഞാൻ മെല്ലെ അവളെ അനുഗമിച്ചു.

'അമ്മാ ഇന്ന് കണ്ടില്ലേ ആ പ്രിയയുണ്ടല്ലോ അവളിപ്പോ എന്താ ചെയ്യുന്നേ എന്നറിയോ?'

ഹാളിലെ സോഫയിൽ എന്റെ മടിയിൽ തലവച്ചു കിടന്നുകൊണ്ട് അവൾ ഓരോന്നു പറഞ്ഞുകൊണ്ടിരുന്നു. ഞാൻ അവളുടെ തലമുടി തലോടിക്കൊണ്ട് എല്ലാം മൂളിക്കേട്ടുകൊണ്ടിരുന്നു.

○○

3
തെമ്മാടി

'അവനൊരു പരമ തെമ്മാടിയാണ്'

അത് പറയുമ്പോൾ അവളുടെ കവിളുകൾ തുടുക്കുന്നതും കണ്ണുകൾ പ്രണയാർദ്രമാകുന്നതും ഞാനെത്ര തവണ കണ്ടിരിക്കുന്നു. ഞങ്ങളുടെ കോളേജ് ജീവിതകാലത്തെ ചെറിയ സൗഹൃദ സംഘത്തിലെ സ്ഥിരം ടോപ്പിക്കുകളിൽ ഒന്നായിരുന്നു അവളും അവളുടെ തെമ്മാടിയും തമ്മിലുള്ള പ്രണയം. ഒരു അന്തവും കുന്തവും അതിരും ഒന്നുമില്ലാത്ത അവന്റെ പ്രണയത്തെക്കുറിച്ചവൾ വാചാലയാകുമ്പോൾ ഉള്ളിൽ നുരയുന്ന അസൂയയോടെ ഞങ്ങളത് കേട്ടിരിക്കാറുണ്ടായിരുന്നു.

കോളേജ് ജീവിതം അവസാനിച്ചു ഓരോരുത്തരും ഓരോ വഴിക്ക് പിരിഞ്ഞു പോയി. ഇടയ്ക്ക് അന്നത്തെ സൗഹൃദസംഘത്തിലെ പലരെയും കണ്ടുമുട്ടാറുണ്ട്, അവളെ ഒഴികെ! അവളെവിടെക്കാണ് മറഞ്ഞു പോയതെന്ന് അങ്ങനെ ഞങ്ങൾ ഓരോരുത്തരും കൂടിക്കാഴ്ചകളിൽ വിസ്മയിച്ചു. ഏറ്റവും കൂടുതൽ ആൺകുട്ടികൾ ആഗ്രഹിച്ച അവളുടെ പ്രണയം നേടിയെടുത്ത ആ തെമ്മാടിയെക്കുറിച്ചും ചിലപ്പോൾ ഞങ്ങൾ ഓർത്തിരുന്നു. അവരെവിടെയോ സ്വപ്നം കണ്ട ജീവിതം നയിക്കുന്നുണ്ടാവുമെന്നു ഞങ്ങൾ അസൂയപ്പെടുകയും ചെയ്തിരുന്നു.

ചുരം കയറി ചെല്ലുമ്പോഴുള്ള ആ ഉൾഗ്രാമത്തിലെ മെഡിക്കൽ ക്യാമ്പ്. ഉപയോഗിക്കേണ്ട മെഡിക്കൽ ഉപകരണങ്ങൾ സഹായികൾ സെറ്റ് ചെയ്തിരിക്കുമ്പോഴാണ് ശ്രദ്ധിച്ചത്. സംഘാടകരിൽ ഒരുവൾക്ക് അവളുടെ ഛായ ഉണ്ടോ? അതവൾ തന്നെയാണല്ലോ! കണ്ണുകൾ ഇത്തിരി കുഴിഞ്ഞിട്ടുണ്ടെന്നതിനപ്പുറം സൗന്ദര്യം ചോർന്നിട്ടില്ല!

കുറെ നേരം തമ്മിൽ നോക്കി ഇരുന്നു. അവൾക്ക് വിശ്വസിക്കാ

നാവാത്ത പോലെ എന്റെ കൈ മുറുകെ പിടിച്ചു കൊണ്ട് കണ്ണിൽ ഉറ്റു നോക്കി അവൾ കുറെ എന്തൊക്കയോ സംസാരിച്ചു. ഒടുവിൽ അവളുടെ വീടിനും അവിടെയുള്ള തീന്മേശയ്ക്കും എന്നെ പരിചയപ്പെടുത്തിയ ശേഷമാണ് വിട്ടയച്ചത് തന്നെ.

ക്യാമ്പ് ഗംഭീരമായി നടന്നു. വൈകുന്നേരം ഡിപ്പാർട്ടമെന്റ് വാഹനത്തിൽ ചുരമിറങ്ങുമ്പോഴോർത്തു. ജാതിയോ, മതമോ, സാമ്പത്തിക അസമത്വമോ അങ്ങനെയെന്തിലൊക്കെയോ തട്ടി തകർന്ന അവളുടെ പ്രണയബന്ധത്തെക്കുറിച്ചും, അച്ഛനില്ലാതെ വളർന്ന അനിയത്തിക്കുട്ടികൾക്ക് താങ്ങാകാൻ വേണ്ടി ഒക്കെയും മറന്നുകളഞ്ഞ അവളെക്കുറിച്ചും.

'ഇനി എക്കാലവും ഇങ്ങനെ ഒറ്റയ്ക്ക് കഴിയാനാണോ നിന്റെ പ്ലാൻ?'

അവൾ ചിരിച്ചു...

'നിന്നോടാരാ പറഞ്ഞത് ഞാൻ ഒറ്റയ്ക്കാണെന്ന്?'

'നീയല്ലേ പറഞ്ഞത് വിവാഹം കഴിച്ചിട്ടില്ല എന്നും അനിയത്തിമാരെയെല്ലാം വിവാഹം കഴിപ്പിച്ച് അയച്ചുവെന്നും അമ്മ മരിച്ച ശേഷം നീയീ വീട്ടിൽ...'

'അതൊക്കെ ശരിയാ. അതിന്റെ അർഥം ഞാൻ ഒറ്റയ്ക്കാണെന്നാണോ?'

'ഡീ ഇങ്ങനെ ഒക്കെ പറഞ്ഞാൽ. നിന്റെ അത്ര ബുദ്ധിയൊന്നും ഇല്ലാ എനിക്ക് നേരെ പറ'

'പ്രണയിക്കുന്നവരൊക്കെ എന്നും അടുത്തുണ്ടാവണം അല്ലെങ്കിൽ വിവാഹിതരാകണം എന്നൊക്കെ ആരാ പറഞ്ഞത്?'

'മനസിലായില്ലാടീ.'

'ഒരു ജീവിതകാലത്തേക്കുള്ള പ്രണയം അന്നേ ഞങ്ങൾ പ്രണയിച്ചു തീർത്തതാ... ഇപ്പൊ അവനെവിടെയെന്നു എനിക്കോ ഞാൻ എവിടെയെന്ന് അവനോ അറിയുകയില്ലായിരിക്കാം. എന്നാലും ആ പ്രണയം ജീവനോടുണ്ട്. ഞാനുള്ള കാലത്തോളം അത് ഉണ്ടാവുകയും ചെയ്യും. ഞാൻ അന്നേ പറഞ്ഞിട്ടില്ലേ അവനൊരു പരമ തെമ്മാടിയാണ്.'

എന്നിട്ടവൾ ചിലങ്ക കിലുങ്ങുംപോലെ ചിരിച്ചുകൊണ്ടിരുന്നു.

○○

4
മധുരനൊമ്പരമിഠായി

അച്ഛന് ട്രാൻസ്ഫർ ആയി നാട്ടിൽ തിരിച്ചെത്തിയപ്പോൾ അവൾക്ക് നാട്ടിലെ സ്കൂളിൽ തന്നെ അഡ്മിഷൻ എടുത്തു. പുതിയ സ്കൂളിലെ അന്തരീക്ഷം അവൾ പഠിച്ചിരുന്ന പട്ടണത്തിലെ സ്കൂളിൽ നിന്ന് തുലോം വ്യത്യസ്തമായിരുന്നു. ഏറെയും സാധാരണക്കാരോ അതിലും പാവപ്പെട്ടവരോ ആയ ആളുകളുടെ മക്കൾ പഠിക്കുന്ന ആ സ്കൂളിൽ നഗരത്തിലെ സ്വകാര്യ സ്കൂളിന്റെ രീതികളുമായി എത്തിയ അവളെ സഹപാഠികൾ അത്രയെളുപ്പം ഉൾക്കൊള്ളാൻ തയ്യാറായില്ല.

'ഓഹ്. ഓളൊരു പത്രാസുകാരിയാ. വല്യ സൂളിൽ പഠിച്ചിട്ടു വന്നതിന്റെ ഗമയാ...'

അതായിരുന്നു അവൾക്ക് കിട്ടിയ സ്വീകരണ വാചകം. ചില സൗഹൃദങ്ങൾ അവൾക്കും ഉണ്ടായില്ലെന്നല്ല. എന്നാലും അതൊക്കെയും പ്രതലങ്ങളിൽ കുഞ്ഞോളങ്ങൾ പോലെ ശക്തി കുറഞ്ഞ അടുപ്പങ്ങളായിരുന്നു. ക്ലാസിലെ ആൺകുട്ടികളും പെൺകുട്ടികളും അവളോട് ഒരു കൃത്യമായ അകലം സൂക്ഷിച്ചു പോന്നു.

കയ്യിലൊരു മിഠായിപ്പൊതിയും, മിന്നുന്ന പുതുവസ്ത്രങ്ങളുമണിഞ്ഞാണ് അന്നവൾ ക്ളാസിലെത്തിയത്. ക്ലാസ് തുടങ്ങിയതും അവൾ ടീച്ചറിന്റെ അടുത്തെത്തി മിഠായിപ്പൊതി നീട്ടി.

'ടീച്ചർ ഇന്നെന്റെ ജന്മദിനമാണ്'

ടീച്ചർ അവളെ നോക്കി പുഞ്ചിരിച്ചു. പൊതിയിൽ നിന്ന് രണ്ടു മിഠായി എടുത്തു അവളെ അനുഗ്രഹിച്ചു. മറ്റുള്ളവർക്ക് മിഠായി കൊടുത്തുകൊള്ളാൻ അനുവദിച്ചു. പെൺകുട്ടികൾ എതിർപ്പൊന്നുമില്ലാതെ മിഠായി സ്വീകരികകയും അവൾക്ക് ആശംസകൾ അറിയിക്കുകയും ചെയ്തെങ്കിലും, വിചിത്രമെന്നു പറയട്ടെ ആൺകുട്ടികൾ വിസമ്മതിക്കയാണുണ്ടായത്.

ശലഭം പറഞ്ഞത്

അവളുടെ കണ്ണുകൾ നിറഞ്ഞിരുന്നു. ഈ നീക്കം അവളെത്ര പ്രതീക്ഷിച്ചിരുന്നില്ല. സന്തോഷത്തോടെ നൽകിയ മിഠായികൾ സഹപാഠികൾ നിരസിക്കുന്നു എന്നത് അവളെ നോവിച്ചു. സമയോചിതമായി അധ്യാപിക ഇടപെട്ടതു കൊണ്ട് ആൺകുട്ടികൾ മിഠായി സ്വീകരിച്ചു.

ഒന്നാം പീരിയഡ് കഴിഞ്ഞ് ടീച്ചർ പുറത്തിറങ്ങിയതും ആൺകുട്ടികളൊക്കെ തുറന്നുകിടന്ന ജനലിലൂടെചാടി സ്കൂളിന്റെ പിന്നിലുള്ള മാലിന്യശേഖരണസ്ഥലത്തേക്ക് നടന്നു. അവർ കയ്യിലിരുന്ന പച്ചകവറുള്ള പ്യാരി മിഠായി ആ മാലിന്യകൂമ്പാരത്തിലേക്ക് വലിച്ചെറിഞ്ഞു. പിന്നിലേക്ക് തിരിഞ്ഞുനോക്കി ജനൽപ്പാളിക്കപ്പുറം നിന്നിരുന്ന അവളെ നോക്കി വിചിത്രമായ രീതിയിൽ ചിരിച്ചു. ആ ചിരിയിൽ ക്ലാസിലെ പുതുതായി വന്ന പട്ടണത്തിലെ പണക്കാരുടെ സ്കൂളിലെ പഠിപ്പുകാരിയെ തോൽപിച്ച സന്തോഷം ഉണ്ടായിരുന്നുവോ?

ക്ലാസിലെ ഏറ്റവും പിന്നിലത്തെ ബഞ്ചിൽ ഒറ്റയ്ക്ക് ഒരാൺകുട്ടി ഇരിക്കുന്നുണ്ടായിരുന്നു. കണക്ക് പരീക്ഷയ്ക്ക് എപ്പോഴും മുഴുവൻ മാർക്കും വാങ്ങി എല്ലാവരേയും ഞെട്ടിപ്പിക്കുന്ന വിക്കുള്ള മഹേഷ്. ജനാല ചാടി മിഠായി ഉപേക്ഷിക്കാൻ പോയ കൂട്ടത്തിൽ അവൻ ഉണ്ടായിരുന്നില്ല! സംസാരിക്കുമ്പോഴുള്ള തടസം അവനിൽ ഒരു അപകർഷതാ ബോധം സൃഷ്ടിച്ചിരുന്നു. അതുകൊണ്ട് അവൻ എല്ലാവരിൽ നിന്നും ഒഴിഞ്ഞു മാറി നിൽക്കാറാണ് പതിവ്. കണക്കുപരീക്ഷയ്ക്ക് മുഴുവൻ മാർക്ക് വാങ്ങുന്ന കുട്ടിയോടുള്ള ആരാധനയ്ക്കും മീതെ മഹേഷിനോട് അവൾക്ക് വല്ലാത്തൊരിഷ്ടം തോന്നി. താൻ കൊടുത്ത മിഠായി അവൻ മാത്രമാണല്ലോ ഉപേക്ഷിക്കാതിരുന്നത്.

ഓർമ്മകൾ ഇത്രത്തോളമെത്തിയപ്പോൾ അവളറിയാതെ ഒന്ന് ചിരിച്ചു. അവൾ സ്റ്റാഫ് റൂമിലിരുന്ന് പുറത്തേക്ക് നോക്കി. സ്കൂൾ എത്ര മാറിപ്പോയിരിക്കുന്നു. ആ ജന്മദിന സംഭവം ഉണ്ടായതിൽ പിന്നെ അധികകാലം തനിക്ക് ഈ സ്കൂളിൽ തുടരാനായിരുന്നില്ല. അച്ഛന് ട്രാൻഫർ വന്നതോടെ വീണ്ടും മറ്റൊരു സ്കൂളിലേക്ക് പറിച്ചു നടപ്പെട്ടു. ഇപ്പോഴിതാ കാലങ്ങൾക്കിപ്പുറം കലണ്ടറുകൾക്കിപ്പുറം അതെ സ്കൂളിൽ താൻ അധ്യാപികയായി നിയമനം ലഭിച്ചു തിരിച്ചെത്തിയിരിക്കുന്നു. അന്നത്തെ സഹപാഠികൾ ഒക്കെ ഇപ്പോൾ എവിടെ ആയിരിക്കും? ആരെങ്കിലും തന്നെ ഓർക്കുന്നുണ്ടാവുമോ? കുറഞ്ഞ പക്ഷം മഹേഷെങ്കിലും?

ശലഭം പറഞ്ഞത്

ഒരു അവധി ദിവസം. ഒന്നുരണ്ടു ആവശ്യങ്ങൾക്കായിട്ടാണ് ടൗണിലേക്ക് പോയത്. ഒക്കെ കഴിഞ്ഞു വീട്ടിലേക്ക് മടങ്ങാൻ ബസ് കാത്തുനിൽക്കുമ്പോൾ എതിർവശത്ത് നടപ്പാതയിൽക്കൂടി കണ്ണടവെച്ച് തോളിലൊരു ബാഗുമായി ഒരു ചെറുപ്പക്കാരൻ നടന്നുപോകുന്നു. അത്.. അവനല്ലേ?

'മഹേഷ്,' അവൾ ഉറക്കെ വിളിച്ചു.

ഒരുപാടു നാളുകളായി താൻ കാത്തിരുന്ന ശബ്ദത്തിനു നേരെ ഇരമ്പിപ്പായുന്ന വാഹനങ്ങളെ മറികടന്ന് അവൻ അവളുടെയടുത്തെത്തി. കുറച്ചുനേരം ഇരുവരും മുഖത്തോടു മുഖം നോക്കിനിന്നു. ആ നിശബ്ദതയെ ഇല്ലാതാക്കി അവൻ അവളോടു ചോദിച്ചു.

'ചായയോ.. അതോ.. കാ കാ കാപ്പിയോ'

വിക്കലോടെ എങ്കിലും അത് പറയുമ്പോൾ പ്രധാനപ്പെട്ടൊരു ദിനപത്രത്തിലെ എഡിറ്റിങ് ഡെസ്കിലെ ആ ജോലിക്കാരന് പഴയ മഹേഷിന്റെ അപകർഷതാബോധത്തിനു പകരം ഉറച്ച ആത്മവിശ്വാസമാണെന്നു അവൾ ശ്രദ്ധിക്കാതിരുന്നില്ല.

സൂര്യന് കീഴിലുള്ള ഏതാണ്ട് എല്ലാ വിഷയവും സംസാരിച്ചു കഴിഞ്ഞുവെന്ന് തോന്നിയപ്പോഴാണ് അവൾക്ക് വീട്ടിലേക്ക് പോകണം എന്ന് ഓർമ്മ വന്നത്! കാപ്പിയുടെ ബിൽ പേ ചെയ്ത മഹേഷ് കൗണ്ടറിലെ കുപ്പികളിലൊന്നിൽ ചൂണ്ടി.

'ഒരെണ്ണം എനിക്ക് വാങ്ങി തരാമോ?'

അവൾ കുപ്പിയിലേക്ക് നോക്കി. പച്ച നിറമുള്ള ഉടുപ്പിട്ട പ്യാരി മിഠായി. അവൾ ചിരിച്ചു പോയി.. ഒരുപിടി വാങ്ങി അവനു കൊടുത്തിട്ടു ഇരുവരും പുറത്തേക്കിറങ്ങി.

'നീ ആ പ്യാരി മിഠായി മറന്നില്ല അല്ലേ?'

അവൾ കൗതുകത്തോടെ ചോദിച്ചു.

'എന്തോ അത് മറക്കാനായില്ല...'

'എനിക്കും.... അന്ന് ഞാൻ തന്ന മിഠായി കഴിച്ച ക്ലാസിലെ ഏക ആൺകുട്ടി നീയായിരുന്നു!'

'ഞാനും കഴിച്ചിരുന്നില്ല...'

അവൾ ഞെട്ടി...

'അതെ ഞാനും കഴിച്ചിരുന്നില്ല, ഞാനത് ബെഞ്ചിന്റെ കാലിനടിയിലിട്ടു പൊട്ടിച്ചു കളഞ്ഞു.'

അവൾ അപരിചിതത്വത്തോടെ അവനെ തുറിച്ചു നോക്കി. ഇത്രയും വർഷം താൻ കൊണ്ടുനടന്ന ഒരു വലിയ വിശ്വാസവും ഓർമയും വെറും കളവായിരുന്നു എന്നത് അവളെ വല്ലാതെ വീർ

പ്പുമുട്ടിച്ചു.

'നോക്ക്.. ഓ ഓ.. ഓരോന്നിനും അതിന്റേതായ സമയമുണ്ട്.. ആ മി... മി മിഠായി കഴിക്കേണ്ട സമയം അതായിരുന്നില്ല.'

അവൻ അവളുടെ അടുത്തേക്ക് വന്നു, അവളുടെ കൈകൾ കൂട്ടിപ്പിടിച്ചു. അവളുടെ കണ്ണുകളിലേക്ക് ഉറ്റുനോക്കി.

'ഇനി എനിക്കാ മി.. മി... മിഠായി കഴിക്കാമെന്നു തോന്നുന്നു'

അവൾ മെല്ലെ പുഞ്ചിരിച്ചു... അനന്തരം അവർ ഇരുവരും മിഠായി രുചിച്ചു കൊണ്ട് ആ തെരുവിലൂടേ മെല്ലെ നടന്നു.

5
അംബി

അവധിക്കാലത്ത് കുടുംബവീട്ടിൽ നിൽക്കുമ്പോഴാണ് അവിടെ ഇടയ്ക്ക് ഓരോ പണികൾ ചെയ്യാൻ വരുന്ന അമ്പിച്ചേച്ചിയെ കാണുന്നത്. അവര് പണിയെടുക്കുന്നത് കാണാൻ നല്ല രസമാണ് ധൃതിപിടിച്ചെങ്ങോട്ടോ ഓടിപ്പോകുന്നു എന്നാണു തോന്നുക. അത്ര വേഗതയിലാണ് അവരുടെ ചലനങ്ങൾ. അമ്പിച്ചേച്ചിക്ക് എത്ര വയസുണ്ടെന്നോ അവരുടെ മാതാപിതാക്കൾ ആരെന്നോ ഞങ്ങൾക്കറിയുമായിരുന്നില്ല! പൊക്കം കുറഞ്ഞു ഇരുണ്ട നിറമുള്ള അമ്പിച്ചേച്ചി ഞങ്ങൾക്കൊരു കുഞ്ഞു കൗതുകമായി.

അവരെപ്പറ്റി കുറച്ചൊക്കെ അറിയാമായിരുന്നത് മുത്തശ്ശിക്കാണ്. മാളികവീട്ടിലെ ഏതോ വാല്യക്കാരിയുടെ മകളായിരുന്നുവത്രെ. അമ്പിച്ചേച്ചിക്ക് ഇളയത് ഒരുത്തൻ കൂടി ഉണ്ടായിരുന്നുവെന്നും, രണ്ടു പിള്ളാരെയും അവരുടെ തള്ളയേയും ഇട്ടേച്ചു പോയ ഒരു അപ്പനുണ്ടായിരുന്നെന്നും മുത്തശ്ശി പറഞ്ഞു. മാളികവീട്ടുകാർ തങ്ങളുടെ ജോലിക്കാരിയെയും മക്കളെയും ഇറക്കിവിടാത്തോണ്ടു അവരവിടെ വളർന്നു. ഒടുവിൽ വാല്യക്കാരി മരിച്ചതോടെ അമ്പിച്ചേച്ചിയായി ആ സ്ഥാനത്ത്. ഇളയ ചെക്കനെ ആരോ ശിവകാശിക്ക് കൊണ്ടുപോയെന്നും അവിടെ ഒരു പടക്കക്കമ്പനിയിലെങ്ങാണ്ട് പണിയെടുക്കുവാണെന്നും കേട്ടറിവുണ്ടെന്നു മുത്തശ്ശി പറഞ്ഞു.

യൗവനം അംബിചേച്ചിയിൽ നിറഞ്ഞു തുടങ്ങിയ കാലത്ത് മാളികവീട്ടുകാർ തന്നെ ഒരു ചെക്കനെ കണ്ടെത്തി അമ്പിച്ചേച്ചിയെ കെട്ടിച്ചു വിട്ടു എന്നാണു ചരിത്രത്തിൽ കാണുന്നത്. വർഷമൊന്നു തികയും മുന്നേ അമ്പിച്ചേച്ചി പെറുകയും ചെയ്തു. കെട്ടിയോന്റെ ഇത്തിരിപ്പറമ്പിൽ കൂര കുത്തി വച്ചിരിക്കുന്നിടം പോയിട്ട് ബാക്കി സ്ഥലത്താകെ അമ്പിച്ചേച്ചി അടുക്കളത്തോട്ടവും കോഴിവളർത്താലുമൊക്കെ ആയി കുടുംബജീവിതം അങ്ങ് പൊടിപൊടി

ച്ചു. ഇതിനിടെ അമ്പിച്ചേച്ചീടെ കെട്ടിയോൻ നാട്ടിലെ ഷാപ്പിൽ സ്ഥിരം മെമ്പർഷിപ്പ് എടുത്തതോടെ കാര്യങ്ങൾ തലകുത്തനെയായയെന്ന് പറഞ്ഞു മുത്തശ്ശി നെടുവീർപ്പിട്ടു.

'വെശർക്കാൻ മടീല്ലാത്ത പെണ്ണാ ഓള്. നയിച്ച് തിന്നാലേ ദേഹത്തൊണ്ടാവൂ എന്ന് അറിയണ പെണ്ണ്, എന്നെങ്കിലെന്താ തന്തോയം അതിനിക്ക് പറഞ്ഞിട്ടില്ല" മുത്തശ്ശി പറഞ്ഞു നിർത്തി. അവധി കഴിഞ്ഞു പോരുമ്പോഴൊക്കെ അമ്മ അമ്പിച്ചേച്ചിക്ക് ഇത്തിരി കാശ് കൊടുക്കാറുണ്ട്.

'എന്തിനാ കുഞ്ഞേ. പണിയെടുക്കുന്നതിനു വല്യമ്മ കാശു തരാറുണ്ടല്ലോ' എന്ന് പറഞ്ഞു അവർ നിരസിക്കാൻ ശ്രമിക്കുന്നതും അമ്മ നിർബന്ധിച്ചു കൊടുക്കുന്നതും കണ്ടിട്ടുണ്ട്. കാശുവാങ്ങി മടിക്കുത്തിൽ തിരുകി വെറ്റിലക്കറ പിടിച്ച പല്ലുകൾ മൊത്തം പുറത്തുകാട്ടി അവർ ചിരിക്കുന്നത് കാണാനും നല്ല ശേലായിരുന്നു.

അത്തവണ ക്രിസ്തുമസ് അവധിക്ക് നാട്ടിൽ പോയില്ല. മധ്യവേനൽ അവധിക്ക് ചെന്നപ്പോ അമ്പിച്ചേച്ചിയെ കണ്ടിരുന്നു. അവരാകെ മാറിപ്പോയിരിക്കുന്നു. കെട്ടിയോൻ മുഴുനീള മദ്യപാനിയായയെന്നും ഏക മകൻ എന്തോ അസുഖത്തിന് അടിപ്പെട്ട് മരിച്ചു പോയയെന്നും അതോടെ അംബി അങ്ങ് വീണു പോയെന്നും മുത്തശ്ശി പരിതപിച്ചു. പക്ഷേ, കൗതുകകരമായി തോന്നിയത് അതൊന്നുമായിരുന്നില്ല അമ്പിച്ചേച്ചിയുടെ കൂടെ ഓടിനടക്കുന്ന ഒരു കോഴിയായിരുന്നു ആ കൗതുകം. ഇടയ്ക്ക് അങ്ങോട്ടോ ഇങ്ങോട്ടോ കൊത്തിപ്പെറുക്കി മാറിപ്പോയാൽ അമ്പിച്ചേച്ചീ 'ചക്കീ' എന്ന് നീട്ടിവിളിക്കും. എത്ര ദൂരെ നിന്നാലും ഒരു പ്രത്യേക ഒച്ചയുണ്ടാക്കി ഓടി വരുന്ന ചക്കി ഞങ്ങളുടെ കൗതുകമായത് അത് കൊണ്ടു മാത്രമായിരുന്നില്ല, ഉച്ചയോടെ പണികളൊക്കെ കഴിഞ്ഞാൽ അമ്പിച്ചേച്ചി വടക്കേപ്പുറത്തെ തിണ്ണയിൽ തോർത്തു വിരിച്ചു നീണ്ടു നിവർന്നു കിടന്നുറങ്ങാറുണ്ട്. ആ സമയത്ത് അവരുടെ ഉടലൊട്ടി കണ്ണടച്ചുറങ്ങുകയും വൈകീട്ട് പണി കഴിഞ്ഞു പോകുമ്പോൾ അമ്പിച്ചേച്ചിയുടെ കൈവശമുള്ള ചതുരാകൃതിയിലെ കെയിൻ ബാഗിൽ മിണ്ടാതെ കയറി ഇരുന്നു ഒപ്പം പോവുകയും ചെയ്യുന്ന ആ കോഴിയെ ഞങ്ങളും ഇഷ്ടപ്പെട്ടിരുന്നു.

ഒരു സായാഹ്നത്തിൽ അമ്മയുടെ മടിയിൽ തലവച്ചു കഥകൾ കേട്ടുകിടക്കുമ്പോഴാണ് അമ്മ ചക്കിയുടെ കഥ പറഞ്ഞത്. അമ്പിച്ചേച്ചിയുടെ മരിച്ചു പോയ മകൻ വളർത്തിയ കോഴിയായിരുന്ന

ത്രെ ചക്കി. തടിച്ചു കൊഴുത്ത ചക്കിയെ കറിവച്ചു തിന്നാൻ അമ്പി ച്ചേച്ചിയുടെ കെട്ടിയോൻ വട്ടം കൂട്ടുന്നു എന്നറിഞ്ഞതോടെയാണ് അവർ ആ ചതുര കെയിൻ ബാഗിൽ ചക്കിയെ പണിക്ക് ഒപ്പം കൂട്ടിത്തുടങ്ങിയത്. ഒരുപക്ഷെ തന്റെ മരിച്ചു പോയ മകന്റെ ഓമന യായ പക്ഷിയിൽ അവർ അവന്റെ അംശം കണ്ടിരിക്കാം. അല്ലെ ങ്കിൽ സ്ഥിരമായി മദ്യപിച്ചു വഴക്കിടുന്ന കെട്ടിയോനെക്കാളും നിഷ്കളങ്കമായി തന്നെ സ്നേഹിച്ച ആ കോഴിയെ അവർ ഇഷ്ടപ്പെ ട്ടിരിക്കാം.

പിന്നെ, ഒന്നുരണ്ടു തവണ കുടുംബവീട്ടിൽ പോയപ്പോഴും അമ്പിച്ചേച്ചിയെ കണ്ടില്ല. അവധിക്കാലം കഴിഞ്ഞു തിരികെ പോ രുംവഴി കാറിൽ ഇരുന്നു കണ്ടു ചതുരത്തിലുള്ള കെയിൻ ബാഗും ഒക്കത്ത് വച്ച് പാതയോരത്തെ മരച്ചുവട്ടിൽ ഉറങ്ങുന്ന അമ്പിച്ചേച്ചി യെ. വല്ലാതെ മെലിഞ്ഞിട്ട് മുഷിഞ്ഞ വസ്ത്രങ്ങളോടെ ചപ്രത്തല മുടിയുമായി.. അമ്മ വണ്ടി നിർത്താൻ പറഞ്ഞിട്ട് ഇറങ്ങുന്നതിനി ടെ പെട്ടെന്ന് അവർ ഞെട്ടിയുണർന്നു ധൃതിയിൽ പെട്ടിയുമെടു ത്തു അകലേക്ക് നടന്നു പോയി. അവരെത്തന്നെ നോക്കി സ്തബ്ധ യായി നിന്ന അമ്മയെ കണ്ടിട്ടാവണം ഒരു പരിചയക്കാരൻ അടു ത്തു വന്നു.

‘എന്ത് പറ്റി കുഞ്ഞേ?’

‘ങാ കുഞ്ഞേട്ടാ. അമ്പിച്ചേച്ചി...’

‘ഇപ്പൊ ഇങ്ങനാ കുഞ്ഞേ. ഒരിടത്തും നിൽക്കാറില്ല ആരോടും മിണ്ടാറുമില്ല. ഇങ്ങനെ ഓടിപ്പാഞ്ഞു നടക്കും, ഇടയ്ക്ക് പരിചയ ക്കാരുടെ വീടിനു മുന്നിൽ ചെന്ന് നിൽക്കും. ഒന്നും ചോദിക്കില്ല ആരേലും വല്ലോം കൊടുത്താൽ തിന്നിട്ട് വീണ്ടും ഈ പാച്ചില് തന്നെ!’

‘പെട്ടെന്നിങ്ങനെ ആവാൻ....’

അമ്മ അർധോക്തിയിൽ നിർത്തി അയാളെ നോക്കി.

‘എന്തോ പറയാനാ കുഞ്ഞേ മനുഷ്യന്റെ മനസ്സല്ലേ, അവക്കടെ കെട്ടിയോൻ ഇത്തിരി ഫിറ്റായിട്ട് വന്നു ആ കോഴിയെ കഴുത്തൊടി ച്ചു കൊന്നുകളഞ്ഞു. ഈ നാട് മൊത്തം കേട്ട് അന്നത്തെ ഇവക്ക ടെ നെലവിളി.. ഒടുക്കം കയ്യീ കിട്ടിയ വിറക് കമ്പുകൊണ്ടു അവ നെ അച്ചം പോച്ചം തല്ലി അവിടന്നിറങ്ങിയതാ. അത് അവക്കടെ മോനായിരുന്നു എന്നാ പറയണേ. ആദ്യമൊക്കെ കെട്ടിയോനെ തെ റിവിളിച്ചു ശപിച്ചു നടക്കുമായിരുന്നു. പിന്നെപ്പിന്നെ മൗനമായി. പാവം’

നിറഞ്ഞ കണ്ണുകളോടെ അമ്മ വണ്ടിയിലേക്ക് തിരികെ കയറി. എനിക്കും വല്ലാത്ത സങ്കടം തോന്നി വണ്ടി മെല്ലെ മുന്നോട്ടു നീങ്ങവേ കണ്ടു പാടത്തിനു നടുവിലെ വരമ്പിലൂടെ അതിവേഗത്തിൽ എങ്ങോട്ടോ പാഞ്ഞു പോകുന്ന അമ്പിച്ചേച്ചിയെ. കയ്യിലപ്പോഴും ആ ചതുരത്തിലുള്ള കെയിൻ ബോക്സുണ്ടായിരുന്നു.

6
ദോശ

പകൽ മുഴുവൻ വീടുവീടാന്തരം കയറിയിറങ്ങി വിശപ്പിനു വഴി കണ്ടെത്തിയിരുന്ന ഒരു സ്ത്രീയും അവളുടെ ചെറിയ കുഞ്ഞും സ്ക്കൂളിലേക്കുള്ള എന്റെ യാത്രയിലെ നിത്യ കാഴ്ചയായിട്ടു മാസങ്ങളായി. ഒന്നുകിൽ അവൾ ഏറെക്കാലമായി അവിടുണ്ടായിരുന്നിരിക്കണം, അതല്ലെങ്കിൽ ഒരു ദിവസം അവൾ ആ രൂപത്തിൽ ആ നാട്ടിൽ പൊടുന്നനെ പ്രത്യക്ഷപ്പെട്ടതായിരിക്കണം. എന്തുതന്നെ ആയിരുന്നാലും അവളുടെ മുഷിഞ്ഞ സാരിയും, അഴുക്കുപുരണ്ട ശരീരവും ആളുകളെ അവരിൽ നിന്നും അകറ്റി നിർത്തി. 'വിശക്കുന്നമ്മാ എന്തെങ്കിലും തിന്നാൻ തായോ' എന്നതിനപ്പുറം ഒരു മണി അരിയോ ഒരു രൂപത്തുട്ടോ അവൾ ആരോടും ചോദിച്ചതായി അറിവില്ല. അവൾക്കോ അവൾപെറ്റ കുഞ്ഞിനോ പേരുണ്ടായിരുന്നില്ല. എന്തിന് ആ കുഞ്ഞിന്റെ പിതൃത്വം പോലും അവൾക്ക് ഉറപ്പില്ല. സിബ്ബു പോയൊരു ഉടുപ്പുമിട്ട് ആ കുഞ്ഞ് അമ്മയോടൊപ്പം നടന്നു. ചുറ്റുമുള്ള ലോകം അവൾക്കു വിശപ്പടക്കാൻ എന്തെങ്കിലും നൽകുന്ന ഒരിടം മാത്രമായിരുന്നു. ആ നാട്ടിൻപുറത്തെ പട്ടിപെറ്റുകിടക്കുന്ന പൊളിഞ്ഞ ബസ്സ് ഷെൽട്ടറിൽ അവർ ആ അമ്മയും മകളും രാപ്പാർത്തു. അവരവിടെ സുരക്ഷിതരോയെന്ന് ആർക്കും ആശങ്ക തോന്നിയില്ല. തിരക്കിട്ടു പായുന്ന ലോകത്തു നിശ്ശബ്ദരായ അവർക്കു ചുറ്റും ആരുടേയും ചിന്തകൾ പാളി വീണില്ല.

അങ്ങനെ ഒരുനാളാണ് ആ കൊച്ചു കുട്ടിയെ ഞങ്ങളുടെ സ്ക്കൂളിൽ ചേർത്താലോ എന്ന ചിന്ത ഒരു ടീച്ചേഴ്സ് മീറ്റിങ്ങിൽ പൊന്തിവന്നത്. എയിഡഡ് സ്ക്കൂളാണ്. ഓരോ വർഷവും പുതിയ കുട്ടികളുടെ എണ്ണം കുത്തനെ കുറയുകയാണ്. ഇക്കുറി ഒന്നാം ക്ലാസ്സിൽ ആകെയുള്ളതു നാലു കുട്ടികളാണ്. അവരിൽ മൂന്നുപേർ ഞങ്ങൾ അധ്യാപകരുടെ മക്കളും. ഡിവിഷൻ ഫാൾ എന്ന കൂർത്ത വാൾ

ഞങ്ങളുടെ തലയ്ക്കു മുകളിൽ തൂങ്ങിക്കിടപ്പുണ്ട്. ഹെഡ്മിസ്ട്രസ് ആണ് ആ നിർദ്ദേശം മുന്നോട്ടുവച്ചത്. ഇവിടെക്കെ ചുറ്റി നടക്കുന്ന ഒരുത്തിയില്ലേ? അവളുടെ കുഞ്ഞിനെ നിങ്ങൾ കണ്ടിട്ടില്ലേ? കണ്ടാൽ സ്ക്കൂളിൽ ചേർക്കാനുള്ള പ്രായമായി എന്നു തോന്നുന്നുണ്ട്. മറ്റാരെങ്കിലും വന്ന് ഏറ്റെടുക്കും മുൻപു നമുക്ക് ആ കുട്ടിയെ നമ്മുടെ സ്ക്കൂളിലേക്കു എത്തിക്കാൻ പറ്റണം.

നയത്തിൽ സംസാരിക്കാൻ പറ്റിയ ഒരാൾ ആ ചുമതല ഏറ്റെടുക്കണം. അവളുടെ പഠനച്ചുമതല കൂട്ടുത്തരവാദിത്തം അങ്ങനെയെല്ലാം. ഏത് ഉത്തരവാദിത്തവും ഏറ്റെടുക്കാം എന്ന അവസ്ഥയിലായിരുന്നു ഞാനന്ന്. കാരണം ആശിച്ചു മോഹിച്ചും, കടം വാങ്ങിയും വസ്തു വിറ്റും കാശു കൊടുത്തു കിട്ടിയ ജോലിയാണ്. അങ്ങനെ, അവളോടു സംസാരിക്കാനുള്ള ചുമതല എനിക്കായി. പിറ്റേന്നു കാലത്ത് അവളെ കാത്ത് ഞാൻ ആ വഴിയരികിൽ ഏറെ നേരം നിന്നു. ചെമ്മൺവഴിയുടെ എതിരേയുള്ള റബ്ബർ തോട്ടത്തിൽ നിന്നും പൊടുന്നനെ അവളും കൊച്ചും എന്റെ മുന്നിൽ പ്രത്യക്ഷപ്പെട്ടു. ഞാനവളെ വിളിച്ചു. അവൾ അടുത്തേക്കു വന്നു.

'നീ എന്തിനാ പെണ്ണേ ഇങ്ങനെ ഈ കുട്ടിയേയും കൊണ്ട് അലയുന്നത്? ഞാനിവളെ കൊണ്ടുപോട്ടെ. പഠിപ്പിച്ചോളാം. ദാ ആ സ്ക്കൂളിലെ ടീച്ചറാണു ഞാൻ.' ആ പറച്ചിൽ കേട്ട് അവൾ യാതൊരു ഭാവമാറ്റവും മുഖത്തു വരുത്താതെ ദൂരേക്കു നോക്കി നിന്നു. മുഷിഞ്ഞ സാരിത്തുമ്പിൽ കൈ ചുറ്റി ആ അമ്മ തന്റെ വിരലുകൾ മകളുടെ കുഞ്ഞിക്കൈയ്യിൽ അമർത്തിപ്പിടിച്ചു.

'എന്തേ? നിനക്ക് ഇഷ്ടമില്ലെങ്കിൽ വേണ്ട. കുഞ്ഞിനേയും കൊണ്ടു നീ ഇങ്ങനെ വീടുകൾ കയറിയിറങ്ങുന്നതു ഞാൻ പതിവായിക്കാണുന്നു. അവൾക്കു പഠിക്കാൻ താൽപര്യമുണ്ടെങ്കിൽ പഠിക്കട്ടെ. നീ ഇടയ്ക്കു വന്നു കണ്ടോ. അവളെങ്കിലും ഈ ദുരിതത്തിൽ നിന്നും രക്ഷപ്പെടട്ടെ.' ഞാൻ പറഞ്ഞു. അവളുടെ നിർവ്വികാരത എന്നെ വല്ലാതെ അസ്വസ്ഥപ്പെടുത്തുന്നുണ്ടായിരുന്നു. എന്റെ ചോദ്യങ്ങൾക്ക് ഒന്നിനും അവൾ മറുപടി പറഞ്ഞില്ല. ചോദ്യവും ഉത്തരവും തന്നെപ്രതിയെന്നറിയാതെ കുഞ്ഞ് ഞങ്ങൾക്കു ചുറ്റും ഓടിക്കളിച്ചു. ഉദ്യമത്തിൽ തോറ്റപോലെ ഞാൻ തലകുനിച്ചു. പെട്ടെന്ന് അവൾ തോളിൽ തൂക്കിയ ഭാണ്ഡത്തിൽ നിന്നും ഒരു ഇലക്കീറിൽ പൊതിഞ്ഞ ഒരു ചെറിയ ദോശ ആ മകൾക്ക് എടുത്തു കൊടുത്തു. പിന്നെ, രണ്ടു കൈ കൊണ്ടും എന്റെ കൈകൾ കൂട്ടിപ്പിടിച്ചു തൊഴുതു. അപ്പോഴും അവളുടെ കണ്ണിലോ മുഖത്തോ ഒരു ഭാവവും

തെളിഞ്ഞു കണ്ടില്ല.

അപ്പോഴും അവൾ ഒരക്ഷരവും ഉരിയാടിയതുമില്ല.

'നിനക്ക് ഇഷ്ടമുള്ളപ്പോൾ കുഞ്ഞിനെ കാണാം. ആരും തടയില്ല.' എന്റെ ആ പറച്ചിൽ അവൾ കേട്ടതായി ഭാവിച്ചില്ല. അവൾ തിരിഞ്ഞു നടന്നു കഴിഞ്ഞു. ഞാനും ആ പെൺകുഞ്ഞും മാത്രമായി. ഞങ്ങൾ സ്ക്കൂളിലേക്കു നടന്നു. സാധാരണ കുട്ടികൾ കരയേണ്ടതാണ്. അപരിചിതരോടു കുട്ടികൾ അങ്ങനെയാണല്ലോ പ്രതികരിക്കുക. എന്നാൽ ഇവൾക്ക് യാതൊരം പരിഭവവും ഇല്ല. എന്റെ വലതുകൈയ്യിലെ ചൂണ്ടുവിരലിൽ അവൾ മുറുകെപ്പിടിച്ചിരുന്നു.

സ്ക്കൂൾ റജിസ്റ്ററിൽ അവളുടെ പ്രായം ഞങ്ങൾ ഊഹിച്ചെഴുതി, ജനനത്തീയതിയായി ആഗസ്റ്റ് പതിനെഞ്ച് എന്നു രേഖപ്പെടുത്തി. ഇനിയൊരു പേരു വേണം, വിജയൻ സാർ അവൾക്കു പുഞ്ചിരിയെന്നു പേരിട്ടു. മിനി ടീച്ചർ ടൗണിൽപ്പോയി അവൾക്കു രണ്ടു പുത്തൻ കുപ്പായവുമായി എത്തി. ഈ സമയം കൊണ്ടു ഞാനവളെ കുളിപ്പിച്ചു സുന്ദരിയാക്കി. അവൾ ഒന്നിനോടും പ്രതിഷേധിച്ചില്ല. അവളുടെ പേരു പോലെ അവൾ പുഞ്ചിരിച്ചു കൊണ്ട് ഞങ്ങൾക്കൊപ്പം കൂടി. മറ്റു കുട്ടികളെപ്പോലെ അങ്കണവാടിയിലോ നേഴ്സറിയിലോ അവൾ പോയിട്ടില്ല. പുഞ്ചിരിയെന്ന അവളുടെ വിചിത്രനാമം കേട്ടു ക്ലാസിലെ കുട്ടികൾ അവളെ കളിയാക്കി വിളിച്ചു 'പുഞ്ചിരി...' അതിലും അവൾക്കു പ്രത്യേകിച്ചൊന്നും തോന്നിയില്ല. പേരില്ലാത്ത തനിക്ക് എന്തു പേരു കിട്ടിയാലെന്ത് എന്ന ഭാവമായിരുന്നു അവൾക്ക്.

ആദ്യത്തെ ക്ലാസും, ടീച്ചറും, പുതിയ കൂട്ടുകാരും, പുതിയ പേരും പുഞ്ചിരിയെ വിസ്മയം കൊള്ളിച്ചു. ഞാൻ ബോർഡിലെഴുതി, കരയിലെ ഏറ്റവും വലിയ ജീവിയേത്? അതിനുതാഴെ കുതിര, സിംഹം, ആന, പുലി, കടുവ എന്നിങ്ങനെ സൂചനയും എഴുതി. ക്ലാസിലെ എല്ലാ കുട്ടികളും ചോദ്യം വായിക്കുകയും ഉത്തരമെഴുതുകയും ചെയ്തു. പുഞ്ചിരി മാത്രം ഉത്തരമെഴുതാതെ പുഞ്ചിരിച്ചുകൊണ്ടേയിരുന്നു. ഞാൻ പുഞ്ചിരിയെ നോക്കി എന്നിട്ട് ബോർഡിലെഴുതിയ ഉത്തരങ്ങൾ ഓരോന്നായി മായിച്ചു കുതിര, സിംഹം, പുലി, കടുവ എന്നിട്ടും ബോർഡിൽ ആനയെന്ന വാക്കുമാത്രം മാഞ്ഞില്ല. ആ വാക്കും ഞാനും അവളെനോക്കി ചിരിച്ചു. പുഞ്ചിരി ഒന്നും അറിഞ്ഞില്ല. ഞാൻ കൊടുത്ത പുത്തൻ സ്ലേറ്റിൽ പെൻസിൽകൊണ്ട് അവളെന്തോ വരച്ചുകൊണ്ടിരുന്നു. ഒരു വട്ടം, ഒരു വലിയവട്ടം അതിൽ നോക്കി അവൾ പുഞ്ചിരിച്ചുകൊണ്ടിരു

ന്നു. ഉത്തരം കാട്ടിത്തന്നിട്ടും നീയെന്താ പറയാത്തതെന്ന എന്റെ ചോദ്യത്തിന് അവൾ സ്ലേറ്റിൽ വരച്ച വട്ടം ചൂണ്ടിക്കാട്ടി പറഞ്ഞു, 'അമ്മ തന്ന ദോശ.'

കുളിപ്പിക്കാൻ കൊണ്ടു പോകുവഴി അവളുടെ കൈയ്യിലെ ദോശപ്പൊതി വാങ്ങി ഞാനാ പൊന്തക്കാട്ടിലേക്ക് എറിഞ്ഞിരുന്നല്ലോ.

വിശപ്പിനപ്പുറം ഏതക്ഷരമാണൊരു കുഞ്ഞിന്റെ ഹൃദയത്തെ തൊടുക? ബോർഡിലെ ആനയേയും മായ്ച്ചു കളഞ്ഞ് ഞാനവളുടെ കൈയ്യും പിടിച്ചു കഞ്ഞിപ്പുരയിലേക്കു നടന്നു.

അവിടെ അടുപ്പിൽ നിന്നും കഞ്ഞി വെന്തമണം പരന്നതു പുഞ്ചിരിയുടെ ചുണ്ടിലൊരു പുഞ്ചിരി വിരിയിച്ചു.

○○

7
പഴുതാര

സന്ധ്യ കഴിഞ്ഞിട്ട് ഇത്തിരി നേരമായിട്ടുണ്ടാവും. പാടവരമ്പ് പിന്നിട്ട് ഏലായിലേക്ക് കയറി ഒറ്റയടിപ്പാതയിലൂടെ പ്രധാന റോഡിലേക്ക് പ്രവേശിക്കുന്നതിന് തൊട്ടു മുന്നിലെ വളവിൽ വച്ച് അയാളുടെ മുന്നിലേക്ക് അവൻ കയറി നിന്നു.

"നീ.. നീ എന്റെ ചേച്ചിയെ.."

"പ്രതികാരം ചെയ്യാനാണോ? ഹഹഹ"

അയാൾ ഉറക്കെ ചിരിച്ചു. അവന്റെ കൈകളിൽ എന്തോ തിളങ്ങുന്നതും തന്റെ ഉടലിൽ എവിടെയൊക്കെയോ പെട്ടെന്ന് വേദനയുടെ മിന്നലുകൾ പടരുന്നതും അയാൾ അറിഞ്ഞു. പ്രതികരിക്കാൻ ആവും മുന്നേ അയാളാ വഴിയിൽ വീണു.

അയാളുടെ പിടച്ചിൽ അൽപനേരം നോക്കി നിന്ന അക്രമി ഇരുട്ടിലേക്ക് ഓടി രക്ഷപെട്ടു.

*** *** *** *** *** *** *** ***

സർക്കാർ ജോലിയുണ്ടായിരുന്ന അമ്മയെ സഹായിക്കാനും തന്നെ നോക്കാനുമായിരുന്നു അകന്ന ബന്ധത്തിൽപ്പെട്ട അമ്മായിയെ വീട്ടിൽ ഒപ്പം നിർത്തിയിരുന്നത്. പട്ടാളത്തിൽ നിന്നു റിട്ടയറായി വന്ന അച്ഛനാകട്ടെ ട്രാൻസ്പോർട്ട് സർവീസിൽ ഡ്രൈവറായി ജോലി കിട്ടിയതോടെ എന്നും വീട്ടിൽ ഉണ്ടാവില്ല എന്ന അവസ്ഥയുമുണ്ടായിരുന്നു.

അമ്മയ്ക്ക് വീതം കിട്ടിയ ഇടത്തു ഞങ്ങളപ്പോ താമസിച്ചിരുന്ന പൊളിഞ്ഞു തുടങ്ങിയ പഴയ ആ കുഞ്ഞു വീടിനു കിഴക്കായി സാമാന്യം സൗകര്യങ്ങളൊക്കെ ഉള്ള പുതിയ വീട് വയ്ക്കുക എന്നത് അച്ഛന്റെയും അമ്മയുടെയും എല്ലാ കാലത്തെയും സ്വപ്നമായിരുന്നു. ആദ്യമായി ഒരു ലോറി പറമ്പിലേക്ക് വന്നു കരിങ്കല്ലിറ

ക്കി മടങ്ങുന്നത് കൗതുകത്തോടെ നോക്കി നിന്ന ഒൻപതുവയസു കാരിയോട് അമ്മായി പറഞ്ഞു അത് 'അടിസ്ഥാനമിടാനുള്ള കല്ലാണ്.'

ചെറുപ്പക്കാരായ പണിക്കാർ ഇടയ്ക്കിടെ വെള്ളം ചോദിക്കുന്നതിലും അമ്മായി അവർക്ക് വെള്ളം കൊടുക്കാൻ പോകുന്നതിലും ആദ്യമൊന്നും അസ്വാഭാവികമായി ഒന്നും എനിക്ക് തോന്നിയിരുന്നില്ല പക്ഷേ, നല്ല ശരീരവടിവും ഉയരവുമുള്ള സുന്ദരിയായ അമ്മായി അവരോടൊക്കെ ഒരുപാട് സംസാരിക്കുന്നതിലും ഉച്ചത്തിൽ ചിരിക്കുന്നതിലും അവരിൽ ചിലരെ നാണത്തോടെ നോക്കുന്നതിലും ഒക്കെ എന്തോ പന്തികേടില്ലേ എന്ന സംശയം ഞാനെന്ന ആ ഒൻപതുവയസുകാരിക്ക് ഉണ്ടായിരുന്നു താനും.

ചുവന്ന കണ്ണുകളും ഉറച്ച ശരീരവുമുള്ള അയാൾക്ക് വെള്ളം കൊടുക്കുമ്പോൾ മാത്രം ചുറ്റും മറ്റാരും ഇല്ലാതെ പോകുന്നതെന്തെന്നും, അയാളുടെ നെഞ്ചിൽ അമ്മായിയുടെ കൈകൾ പരതുന്നതെന്തെന്നും ഒച്ച വെളിയിൽ കേൾക്കാതെ അവർ പറയുന്നതെന്തെന്നുമൊക്കെ ഞാൻ? അത്ഭുതപ്പെട്ടിരുന്നു.

പ്രധാന റോഡിലേക്ക് കയറുന്നതിനു തൊട്ടു മുൻപിലത്തെ വളവിൽ രാവിലെ ആളുകൾ കൂടി നിന്നു. കുറെ പോലീസുകാർ എന്തൊക്കെയോ കുറിച്ചെടുത്തുകൊണ്ടിരുന്നു. ഒരു ഓലയിട്ട് മൂടി അയാളുടെ വിറങ്ങലിച്ച ശരീരം അവിടെ കിടന്നിരുന്നു. ഇത്തിരി കഴിഞ്ഞപ്പോൾ കരകര ശബ്ദത്തോടെ ഒരു പഴയ വാൻ അവിടെക്ക് വന്നു നിൽക്കുന്നതും ആരൊക്കെയോ ആ ശരീരം എടുത്തു വാനിൽ കയറ്റി അവിടം വിട്ടു പോകുന്നതും ഞാൻ ഇങ്ങു ദൂരെ നിന്നു കണ്ടു. തിരികെ നടന്നു ഞാൻ വീടിന്റെ ഉമ്മറത്ത് ആശ്വാസത്തോടെ ഇരുന്നു അന്നേവരെ ആ വീട് കണ്ടിട്ടില്ല എന്നതുപോലെ ഓരോ മുക്കും മൂലയും നോക്കിക്കൊണ്ടിരുന്നു.

ഉച്ച കഴിഞ്ഞപ്പോ പറമ്പിൽ പണിക്ക് വന്ന ചേച്ചിയാണ് പറഞ്ഞത്, കഴിഞ്ഞയാഴ്ച ആത്മഹത്യ ചെയ്ത അക്കരെയുള്ള പെണ്ണിന്റെ അനിയനാണ് പണി പറ്റിച്ചതെന്നും അവനെ പോലീസ് കൊണ്ടുപോയതെന്നും ഒക്കെ.

*** *** *** *** *** *** *** ***

"അമ്മായീ..."

ഒൻപതുവയസുകാരി നീട്ടി വിളിച്ചു.

അവരെ വീട്ടിലെങ്ങും കണ്ടില്ല. പുതിയ വീട്ടിലാകട്ടെ പണിയു

ടെ ഒരുഘട്ടം കഴിഞ്ഞതിനാൽ അന്ന് പണിക്കാരുമുണ്ടായിരുന്നില്ല. അവൾ അമ്മായിയെ തിരഞ്ഞു നടക്കവേ പണി നടക്കുന്ന വീടിന്റെ ചുവരുകൾക്കുള്ളിലെന്തോ അനക്കം കേട്ടാണ് അങ്ങോട്ടേക്ക് പോയത്.

വിയർപ്പിറ്റിപ്പിണയുന്ന അമ്മായിയും ആ ചുവന്ന കണ്ണുകളുള്ള പണിക്കാരനും!

അവൾ ഞെട്ടി മാറാൻ ശ്രമിക്കുമ്പോൾ അവർ അവളെ കണ്ടിരുന്നു. ഓടാൻ ശ്രമിച്ച അവളെ അമ്മായി തന്നെ പിടിച്ചു നിർത്തി. പെട്ടെന്ന് അയാൾ ആ ഒൻപതുവയസുകാരിയെ പിടിച്ചു ചുവരോട് ചേർത്ത് നിർത്തി.

"ഇതെങ്ങാനും വെളിയിലാരൊടെങ്കിലും പറഞ്ഞാൽ നിന്നെ മാത്രമല്ല നിന്റെ അമ്മയെയും അച്ഛനെയും ഞാൻ കൊന്നുകളയും."

ഒൻപതുവയസുകാരി ഭീതിയോടെ അയാളുടെ കണ്ണുകളിലേക്ക് നോക്കി. ഏതോ കഥയിൽ പറഞ്ഞു കേട്ടിട്ടുള്ള ഭീകരനായ ജീവിയെ ആണ് അവൾക്ക് ഓർമവന്നത്..

"നീ ആരോടെങ്കിലും പറയുമോ?"

അമ്മായി ധൃതിയിൽ വസ്ത്രങ്ങൾ വാരി ചുറ്റുന്നതിനിടയിലണ് ചോദ്യം ചോദിച്ചത്.. അവൾ പേടിയോടെ ഇല്ലാ എന്ന് തലയാട്ടി..

"പറഞ്ഞാൽ അറിയാല്ലോ ഈ ചേട്ടൻ എല്ലാരേം കൊല്ലും.. മറക്കണ്ട"

അത് പറയുമ്പോൾ അമ്മായിക്ക് മറ്റെന്തോ ഭാവമായിരുന്നു. ഒൻപതുവയസുകാരി ഭീതിയോടെ അയാളുടെ ചോരക്കണ്ണുകളിലേക്ക് നോക്കി. വിചിത്രമായ രീതിയിൽ ചുണ്ടൊന്നു കോട്ടി അയാൾ അവളുടെ പിഞ്ചുടലിൽ കൈകൾ കൊണ്ട് പരതി. ഭീതികൊണ്ടു മിണ്ടാനാവാതെ നിന്ന കൊച്ചു പെണ്ണിന് തന്റെ ഉടലാകെ പഴുതാരയിഴയുംപോലെ തോന്നി.. അവൾ കണ്ണുകളടച്ചു അമർത്തി കരഞ്ഞു.

*** *** *** *** *** *** *** ***

പറമ്പിൽ പണിക്ക് വന്നിരുന്ന മറ്റൊരാളിന്റെ കൂടെ അമ്മായി ഒളിച്ചു പോയിട്ട് തന്നെ ഇപ്പോൾ വർഷം കുറച്ചായിട്ടുണ്ട്. കോളേജ് വിട്ടു പോരുമ്പോൾ ഇടയ്ക്ക് ചോരക്കണ്ണുകളുള്ള അയാളെ കാണാറുണ്ട്. അന്നത്തെ ഒൻപതുവയസുകാരിയുടെ അതെ ഭീതിയോടെ അയാളെ കടന്നു പോരുമ്പോൾ ദേഹം വിറക്കൊള്ളുക

യും കാലുകളുടെ ശക്തി ചോരുന്ന പോലെ തോന്നാറുമുണ്ട്.

ഉടലാകെ പഴുതാരയിഴയുന്ന പോലെ ചുവന്ന പാടുകൾ വന്നു നിറയുന്നുണ്ടോ എന്ന ഭയത്തിൽ കരച്ചിൽ വരാറുണ്ട്.

"ഡപ്പ്" എന്നൊരു ഒച്ച കേട്ടാണ് അവൾ തിരിഞ്ഞു നോക്കിയത്. സാമാന്യം വലുപ്പമുള്ള ഒരു പഴുതാരയെ പറമ്പിലെ പണിക്കാരൻ തല്ലിക്കൊന്നു തോണ്ടി എറിയുന്നത് അവൾ കണ്ടു.

അവൾ മെല്ലെ എഴുന്നേറ്റു.

സമയം നാലരയായിട്ടുണ്ട്.

ടവൽ എടുത്തുകൊണ്ടു അവൾ കുളിമുറിയിലേക്ക് നടന്നു..

ഷവറിലെ തണുത്ത വെള്ളം അവളുടെ ഉടലിലൂടെ നനഞ്ഞിറങ്ങുമ്പോൾ ഉടലിൽ പണ്ടൊരു പഴുതാര ഇഴഞ്ഞ പാടുകൾ മെല്ലെ മായുന്നുണ്ടെന്നു അവൾ തിരിച്ചറിഞ്ഞിരുന്നു.

○○

8
ശലഭം പറഞ്ഞത്

'റിട്ടയേർഡ് ഹെഡ്മിസ്ട്രസ്സ് വിജയലക്ഷ്മി ടീച്ചറുടെ വീട്?

വർത്തമാനപത്രത്തിന്റെ ലോഗോ ഒട്ടിച്ച വാഹനത്തിൽ നിന്നും ഇറങ്ങി വന്ന ചെറുപ്പക്കാരി പ്രൊവിഷൻ സ്റ്റാറിന്റെ കൗണ്ടറിൽ ഇരുന്ന ആളോട് മേൽവിലാസം അന്വേഷിച്ചു. കൗണ്ടറിൽ ഇരുന്ന ആൾ എഴുന്നേറ്റു പുറത്തു റോഡിലേക്ക് വന്നു വഴി വിശദമായി ചൂണ്ടിക്കാണിച്ചു പറഞ്ഞുകൊടുത്തു. വാഹനം കവലയിൽ നിന്ന് ടീച്ചറുടെ വീട്ടിലേക്കുള്ള വഴിയേ നീങ്ങുമ്പോൾ ജിജ്ഞാസുക്കളായ ചിലർ പ്രൊവിഷൻ സ്റ്റോറുകരന്റെ അടുത്തു കൂടി.

'ഇതെന്താ പത്രക്കാരൊക്കെ?'

'അറിയില്ല. നമ്മുടെ വിജയലക്ഷ്മി ടീച്ചറുടെ വീടന്വേഷിച്ചു വന്നതാ..'

'എന്തിനായിരിക്കും?'

അങ്ങനെ കവലയിൽ കൗതുകം കൊച്ചുവർത്തമാനമായി തുടരവേ വാഹനം ടീച്ചറുടെ വീടിന്റെ വളപ്പിലേക്ക് പ്രവേശിച്ചു.

ടീച്ചർ ആകെ ആശയക്കുഴപ്പത്തിലായി. ഇവരോടെന്താ പറയുക? അത്ര സുഖകരമായ കാര്യങ്ങൾ അല്ല പറയാനുള്ളത്. കാലം ഒക്കെയും മാറ്റി മറിച്ചെങ്കിലും, താൻ ഒക്കെയും പറഞ്ഞാൽ അത് മറ്റൊരാളിന്റെ മനസ് വിഷമിക്കാൻ കാരണമായേക്കുമോ എന്ന ഭീതി അവർക്കുണ്ടായിരുന്നു. അവരുടെ മനസ്സറിഞ്ഞിട്ടെന്നപോലെ ടീച്ചറെ ഇന്റർവ്യൂ ചെയ്യാൻ ചാനൽ ചുമതലപ്പെടുത്തിയ പെൺകുട്ടി അവരോടു പറഞ്ഞു.

'ടീച്ചർ... ഗായത്രി മാഡം എന്നോട് പറഞ്ഞിരുന്നു ചോദിച്ചാലും അതേക്കുറിച്ചു ടീച്ചറൊന്നും പറയാനിടയില്ലെന്ന്. ടീച്ചർ ഒന്ന് ഫോൺ ചെയ്തു മാഡത്തോടു സംസാരിച്ചിട്ട് അവർക്ക് സമ്മതമാണെന്ന് തോന്നിയാൽ മാത്രം പറഞ്ഞാൽ മതി. അതും ഒരു ഔപ

ചാരിക അഭിമുഖം വേണ്ട, ടീച്ചറുടെ ഓർമ്മയിലുള്ളത് പറഞ്ഞാൽ മതി.'

ടീച്ചറും ഗായത്രിയും തമ്മിലുള്ള ഫോൺ സംഭാഷണം ഏതാണ്ട് ഇരുപതു മിനിറ്റോളം നീണ്ടു. റിപ്പോർട്ട് ചെയ്യാനെത്തിയ പെൺകുട്ടിയും അവളുടെ ഒപ്പം ഉണ്ടായിരുന്ന ഫോട്ടോഗ്രാഫറും ക്ഷമയോടെ കാത്തിരുന്നു. ഒരു ദീർഘനിശ്വാസത്തിനു ശേഷം ടീച്ചർ പറഞ്ഞുതുടങ്ങി,

'മെലിഞ്ഞു പൊക്കമുള്ള ഒരു കണ്ണടക്കാരി പെണ്ണ്, എടുത്തു പറയാൻ പോന്ന പ്രത്യേകതകൾ ഒന്നുമേയില്ലായിരുന്ന ഒരു സാധാരണ പെൺകുട്ടി. അവൾ മാത്രമല്ല അവിടെ പഠിച്ചിരുന്ന മിക്ക വിദ്യാർത്ഥികളും തോട്ടം തൊഴിലാളികളുടെ മക്കളോ സമാനമായ സാഹചര്യങ്ങളിൽ നിന്ന് വന്നവരോ ആയിരുന്നു. അവൾ പഠിക്കാൻ മിടുക്കിയായിരുന്നു. എപ്പോഴും പുസ്തകങ്ങളുമായി നടന്നതുകൊണ്ടായിരിക്കണം ആരോ അവൾക്ക് 'പുസ്തകപ്പുഴു' എന്ന് വട്ടപ്പേരിട്ടത്. അത് പിന്നെ ലോപിച്ചു വെറും 'പുഴു' എന്നായി, അറിയാമല്ലോ സ്കൂൾ കുട്ടികളുടെ ഓരോ കുറുമ്പുകൾ. അവളതൊന്നും ശ്രദ്ധിച്ചിരുന്നതായി തോന്നിയില്ല. എന്നാലും ആ പേര് വിളിക്കുമ്പോൾ അവൾ വിഷമിക്കുന്നുണ്ട് എന്ന് എനിക്ക് തോന്നിയിട്ടുണ്ട്. വിഷമങ്ങൾ ഉള്ളിലൊത്തുക്കി ശാന്തയായിരിക്കാൻ അവൾക്ക് അപാരമായ കഴിവുണ്ടെന്ന് എനിക്ക് തോന്നിയിട്ടുണ്ട്.'

'അതെന്താ ടീച്ചർ അങ്ങനെ പറയാൻ കാരണം?'

'ഓ അത് സാധാരണ കഥ തന്നെ. തോട്ടം പണിക്കാരുടെ ജീവിതം വല്ലാത്ത കഷ്ടപ്പാടുകൾ നിറഞ്ഞതായിരുന്നു. തുച്ഛമായ ശമ്പളം, തോട്ടത്തിൽ തന്നെ ഉടമകൾ നിർമ്മിച്ചിട്ടുള്ള കുടുസുവീടുകളിലെ ജീവിതം, ഒരു അസുഖം വന്നാലേ ആശുപത്രിയിൽ പോണമെങ്കിൽ പോലും ഒരു ദിവസം ചെലവഴിക്കണം. ദൂരെ ടൗണിൽ മാത്രമേ അന്നൊക്കെ ആശുപത്രി സൗകര്യം ഉള്ളൂ. അങ്ങനെ തുലോം പരിമിതമായ സാഹചര്യങ്ങളിൽ നിന്ന് വന്നവരായിരുന്നു ഈ കുട്ടിയടക്കം ആ സ്കൂളിലെ മിക്ക കുട്ടികളും.'

'പക്ഷേ, ആ കുട്ടി ആ സ്കൂളിൽ പഠനം പൂർത്തിയാക്കിയില്ല അല്ലേ?'

'അതേ, അതിന്റെ കാരണം അവളുടെ ക്ലാസിലെ തന്നെ മറ്റൊരു ആൺകുട്ടിയായിരുന്നു. അവൻ സ്കൂൾ ഇന്റെർവൽ സമയത്തു പുകവലിച്ചത് ആരോ ഹെഡ്മാസ്റ്ററോട് റിപ്പോർട്ട് ചെയ്തു. അവന്റെ പേരന്റ്സിനെ വിളിച്ചുകൊണ്ടു വന്നിട്ട് ഇനി ക്ലാസിൽ കയറി

യാൽ മതിയെന്ന് ഹെഡ്മാസ്റ്റർ നിലപാടെടുത്തു.

അതവന് വലിയ ക്ഷീണമായി. പേരന്റ്സ് അവനെ വഴക്കുപറയുകയോ മറ്റോ ചെയ്തിരിക്കാം. എന്തായാലും ആ പയ്യന്റെ അച്ഛനുമമ്മയും താണുവീണു പറഞ്ഞത് കാരണം കൂടുതൽ ശിക്ഷാനടപടികൾ ഒന്നും ഉണ്ടായില്ല.'

'എന്നിട്ട്?'

'അവൻ പുകവലിച്ചത് ഹെഡ്മാസ്റ്റർക്ക് റിപ്പോർട്ട് ചെയ്തത് ഈ പെൺകുട്ടിയാണെന്ന് അവൻ സംശയിച്ചു. എന്നാൽ അത് റിപ്പോർട്ട് ചെയ്തത് ഓഫീസ് സ്റ്റാഫിൽ ഒരാളായിരുന്നു. അത് പോട്ടെ. ഈ സംഭവത്തോടെ അവനു അവളോട് വല്ലാത്ത വിരോധമായി. സയൻസ് ലാബിലെ മൈക്രോസ്കോപ്പിന്റെ ലെൻസ് സെറ്റ് അവൻ അവിടെ നിന്നും എടുത്തു ഇവളുടെ ബാഗിൽ ഇട്ടു. പോരാത്തതിന് ഇക്കാര്യം അവന്റെ കുറെ കൂട്ടുകാരുടെ സഹായത്തോടെ അധ്യാപകരുടെ ശ്രദ്ധയിൽ പെടുത്തി. ബാഗിൽ നിന്ന് തോണ്ടി മുതലോടെ അവൾ പിടിക്കപ്പെട്ടു.'

'അതിനാണോ സ്കൂളിൽ നിന്ന്..'

'അല്ല, ഞാനന്നു അവളുടെ ക്ലാസ് ടീച്ചറാണ്. എനിക്കെന്തോ ഇതിലൊരു ചതിയില്ലേ എന്ന് സംശയം തോന്നി. എന്റെ പ്രീയപ്പെട്ട വിദ്യാർത്ഥിനി ആയിരുന്നു അവൾ എന്നത് കൊണ്ട് മാത്രമല്ല അങ്ങനെയൊരു കാര്യം അവൾ ചെയ്യില്ല എന്ന് എനിക്കുറപ്പുണ്ടായിരുന്നു.'

'അപ്പൊ ടീച്ചർ ഇടപെട്ടു അല്ലെ?'

'അതേ ഇത് അധ്യാപകരുടെ അടുത്തെത്തിച്ച വിദ്യാർത്ഥികളെ വച്ചു ചോദിച്ചപ്പോ അവനാണ് കണ്ടത് അവൻ പറഞ്ഞാൽ ആരും വിശ്വസിക്കില്ല അതുകൊണ്ടാണ് മറ്റു വിദ്യാർത്ഥികളെ കൊണ്ട് അധ്യാപകരെ അറിയിച്ചതെന്നൊക്കെ അവർ പറഞ്ഞു. പിന്നെ ഞാനും സ്റ്റാഫ് സെക്രട്ടറിയും കൂടി അവനെ വിളിച്ചു ചോദിച്ചു.'

'അവൻ സമ്മതിച്ചോ?'

'ആദ്യമൊന്നും സമ്മതിച്ചില്ല. പിന്നീട് സ്റ്റാഫ് സെക്രട്ടറി ഞങ്ങടെ കണക്കുമാഷ്, അദ്ദേഹത്തിന്റെ സ്വരം കടുത്തപ്പോ അവൻ സത്യം പറഞ്ഞു.'

'അതോടെ സത്യം തെളിഞ്ഞു അല്ലേ?'

'അതേ, ആ പയ്യന്റെ പേരന്റ്സ് വീണ്ടും വരേണ്ടി വന്നു. അടുത്തവർഷം വേറെ സ്കൂൾ നോക്കിക്കൊള്ളാൻ ഹെഡ്മാസ്റ്റർ പറഞ്ഞു. വാർഷികപരീക്ഷ അടുത്ത സമയമായതു കൊണ്ട് തല്ക്കാ

ലം പുറത്താക്കുന്നില്ല എന്ന് അദ്ദേഹം തീർത്തു പറഞ്ഞു.'

'അത് അവന്റെ വിരോധം വർദ്ധിക്കാൻ ഇടയാക്കിയിട്ടുണ്ടാവും.'

'ഉം. അവൻ അതിന്റെ പ്രതികാരം തീർത്തത് സ്കൂളിന് പുറത്താണ്. നാടുമുഴുവൻ അവളെ മോഷ്ടാവായി ചിത്രീകരിച്ചുകൊണ്ടു കഥകൾ പരത്തി. ആളുകൾ അവളെ നോക്കി അടക്കം പറയാൻ തുടങ്ങിയതോടെ അവൾ സ്കൂളിൽ വരാതായി. എന്തിനു വീട്ടിൽ നിന്ന് പുറത്തിറങ്ങാൻ പോലുമാകാത്തവിധം അവളൊരു വല്ലാത്ത മനസികാവസ്ഥയിലായിപ്പോയി. ഞങ്ങൾ ചില അധ്യാപകർ അവളുടെ വീട്ടിൽ പോയി കണ്ടു സംസാരിച്ചെങ്കിലും അവളാകെ തകർന്നിരുന്നു.'

'ചില ആളുകൾ വളരെ സെൻസിറ്റീവ് ആണ് ചെറിയ കാര്യങ്ങൾ പോലും അവരെ തകർത്തുകളയും.'

'ശരിയാണ്, എനിക്കെന്തോ അവളെ അങ്ങനെ വിട്ടുകളയാൻ തോന്നിയില്ല. എന്റെ പഴയൊരു സഹപാഠി അന്ന് ക്ലിനിക്കൽ സൈക്കോളജി പ്രാക്ടീസ് ചെയ്യുന്നുണ്ടായിരുന്നു. അവരെ കൂടി ഇടപെടുത്തിക്കൊണ്ടു കുറച്ചു പാടുപെട്ടെങ്കിലും അവളെ തിരികെ സാധാരണ അവസ്ഥയിലേക്കെത്തിക്കാൻ കഴിഞ്ഞു. പക്ഷേ.'

'എന്താ ടീച്ചർ?'

'അപ്പോഴേക്കും തോട്ടം ഉടമകൾ സാമ്പത്തികപ്രശ്നങ്ങൾ കാരണം തോട്ടം ലോക്ക്ഡൗൺ ചെയ്തു. തൊഴിൽ ഇല്ലാതായതോടെ തൊഴിലാളികൾ അവിടം വിട്ടു പലയിടത്തേക്കും പോയി അവളും കുടുംബവും പോകും മുന്നേ എന്നെ വന്നുകണ്ടിരുന്നു. എന്റെ മേൽവിലാസം വാങ്ങിയിരുന്നു. പക്ഷേ, പിന്നെ ഒരിക്കലും അവളെന്നെ കോൺടാക്ട് ചെയ്തില്ല. അധ്യാപകരുടെ ജീവിതം ഇങ്ങനെയൊക്കെ കൂടിയാണ്. ഓരോ ബാച്ചും പോകുമ്പോ അടുത്ത ബാച്ചിലേക്ക് ശ്രദ്ധ അർപ്പിക്കും. പഴയ കുട്ടികളൊക്കെ ഓർമ്മയിലുണ്ടാകുമെങ്കിലും.'

'പിന്നെപ്പോഴാണ് നിങ്ങൾ തമ്മിൽ വീണ്ടും കണ്ടുമുട്ടുന്നത്?'

'സത്യം പറയട്ടെ, പുസ്തകവായന ഒക്കെ ഉള്ളത് കൊണ്ട് പുതിയ തലമുറയിലെ ശ്രദ്ധേയയായ കഥാകാരി എന്ന നിലയിൽ ഗായത്രിയുടെ പുസ്തകങ്ങൾ ഞാൻ വായിച്ചിട്ടുണ്ട്. ഗായത്രിയുടെ പുതിയ പുസ്തകത്തിന്റെ പ്രകാശനത്തിന് ക്ഷണിക്കാൻ വീട്ടിൽ വന്നപ്പോഴാണ്..'

'അന്നത്തെ ആ മെലിഞ്ഞു പൊക്കമുള്ള കണ്ണടക്കാരി പെണ്ണിനെ..'

ശലഭം പറഞ്ഞത്

'അതേ... അവളങ്ങു വല്ലാതെ മാറി. സുന്ദരിയായ ആ സ്ത്രീ എന്റെ പഴയ വിദ്യാർത്ഥിയാണെന്നു വിശ്വസിക്കാൻ തന്നെ കുറെ സമയമെടുത്തു. ഗായത്രി എന്ന തൂലികാനാമത്തിലെഴുതുന്നത് കൊണ്ടാവാം അതുവരെ അങ്ങനെയൊരു ചിന്ത എനിക്കുണ്ടാകാതെ പോയത്. അല്ല ഇനി യഥാർത്ഥ പേരിൽ തന്നെ എഴുതിയിരുന്നുവെങ്കിലും ആ പെൺകുട്ടിയാണ് ഇതെന്ന് ഞാൻ തിരിച്ചറിയുമായിരുന്നുവോ എനിക്കറിയില്ല.'

'ഇത്തവണ ഈ വലിയ പുരസ്കാരം ലഭിച്ചപ്പോൾ എന്ത് തോന്നി?'

'ആ പുസ്തകത്തിന്റെ പ്രകാശനത്തിനു പോകാൻ എനിക്ക് കഴിഞ്ഞിരുന്നില്ല. ചില ആരോഗ്യപ്രശ്നങ്ങൾ കാരണം ഒരുപാട് ആഗ്രഹിച്ചിട്ടും അതിനു പറ്റിയില്ല. അതു ഞാൻ പിന്നീട്, അല്ല ഗായത്രിയോട് ഫോണിൽ വിളിച്ചു പറയുകയും ചെയ്തു. ഒടുവിൽ കോപ്പി കിട്ടിയപ്പോഴാണ് ആ പുസ്തകം അവൾ എനിക്കാണ് സമർപ്പിച്ചിരിക്കുന്നതെന്നു മനസിലായത്. സത്യം പറയട്ടെ മോളെ അന്ന് ഞാൻ ഒരുപാട് കരഞ്ഞു. വിഷമം കൊണ്ടല്ല, വല്ലാത്തൊരു മാനസിക അവസ്ഥയിലായിപ്പോയി. പിന്നെ പുരസ്കാരം ലഭിച്ച ശേഷം ഉള്ള പ്രസംഗത്തിലും അവൾ എന്നെ ഓർത്തു എന്നറിഞ്ഞപ്പോൾ. എന്താ പറയുക. അധ്യാപിക ആയാൽ അങ്ങനെ ചില ഗുണങ്ങളൊക്കെ ഉണ്ടല്ലേ?'

റിപ്പോർട്ട് ചെയ്യാൻ വന്ന പെൺകുട്ടി ചിരിച്ചു.

'ടീച്ചറിനിപ്പോ എന്താ തോന്നുന്നത്?'

'ഗായത്രിയുടെ പുസ്തകത്തിന്റെ തലക്കെട്ടിലുണ്ട് അത്, 'ശലഭം പറഞ്ഞത്.' അതേസമയത്തു കൂട്ടുകാർ 'പുഴുവെന്ന്' വിളിച്ചു കളിയാക്കിയിരുന്ന പെൺകുട്ടി ഒത്തിരി വളർന്നിരിക്കുന്നു. അവൾ ശലഭപോതാവസ്ഥയിലുറങ്ങി നിറഭംഗിയുള്ളൊരു ചിത്രശലഭമായി പറക്കുന്നു. യാതൊരുവിധ പ്രത്യേകതയും അവകാശപ്പെടാനില്ല എന്നെ പോലെ വാർദ്ധക്യാവസ്ഥയിലുള്ള, തികച്ചും സാധാരണക്കാരായ ചിലരെ അവളുടെ നിറഭംഗി കൊണ്ടു വിസ്മയിപ്പിക്കുന്നു.'

'ടീച്ചറിന് ഞങ്ങളുടെ വായനക്കാരോട് എന്തെങ്കിലും പറയാനുണ്ടോ?'

'അയ്യോ, ഞാനത്ര വലിയ ആളൊന്നുമല്ല. എങ്കിലും ഒരുകാര്യം ഓർമിപ്പിക്കാതിരിക്കാൻ വയ്യ. പുഴുവെന്ന് നമ്മൾ നിസ്സാരവത്കരിക്കുന്ന പലതും ശലഭങ്ങളുടെ ആരംഭമാണ്. നിറഭംഗികളുടെ ബാ

ല്യമാണ്. ആരെയും ഒന്നിനെയും നോവിക്കാതെയും നിസ്സാരമായി തള്ളിക്കളയാതെയും എല്ലാവരെയും സമഭാവനയോടെ കാണാനാവണം. ഇത് ആരോടും ഉള്ള ഉപദേശമല്ല. ഒരു ആഗ്രഹമാണ്'

പത്രത്തിന്റെ ലോഗോ ഒട്ടിച്ച വാഹനം കവല വിട്ടു പോയിട്ടും ടീച്ചർ ഭൂതകാല ഓർമകളിൽ മുഴുകിയിരുന്നു.

OO

9
കടൽമീനുകൾ

കടൽപ്പുറത്തെ നനഞ്ഞ പൂഴിമണലിൽ തങ്ങളുടെ നഗ്നപാദങ്ങൾ അവശേഷിപ്പിക്കുന്ന കാലടിപ്പാടുകൾ ഇടയ്ക്കൊന്നു തിരിഞ്ഞു നോക്കി ശ്യാമയുടെ ഒപ്പം നടക്കവേ കാവ്യ പെട്ടെന്ന് നിന്നു.

"നോക്ക് ശ്യാമേ.."

തിരമാലയിൽ മണ്ണ് വകഞ്ഞു മതിയായപ്പോൾ തെളിഞ്ഞ കുഴിയിൽ നിന്നു ഇറങ്ങി തെന്നിനടക്കുന്ന ഞണ്ടിനെ കണ്ടതും ശ്യാമ ഉറക്കെ ചിരിച്ചു.

"ഒളിച്ചിരിക്കുവാരുന്നു അല്ലെ കള്ള ബഡ്ഡുവാ"

"ഇന്നത്തേക്ക് ഇത്രേം നടന്നത് മതി വാ നമുക്കവിടെ ഇത്തിരി നേരം ഇരിക്കാം."

"എന്തെ കാവ്യേച്ചീ"

"ഒന്നൂലാടീ, വയസെത്ര ആയെന്നാ. അരനൂറ്റാണ്ടിലേറെ പഴക്കമുണ്ട് ഈ കാലുകൾക്ക് അത് മറക്കണ്ടാട്ടാ"

"ഓ അതിനെന്താ ചെറിയ ക്ഷീണം വന്നാൽ പോലും താങ്ങിപ്പിടിക്കാൻ രവിയേട്ടനുണ്ടല്ലോ? ആപ്പീസിൽ ഓരോരുത്തരു പറയണത് നിങ്ങളിപ്പോഴും പ്രേമിച്ചു തീർന്നിട്ടില്ലാന്നാ!"

ശ്യാമ ഉറക്കെ ചിരിച്ചു. കാവ്യ ചെറിയ നാണത്തോടെ കടപ്പുറത്തെ മണലിലേക്ക് ഇരുന്നു. സായാഹ്ന സൂര്യൻ ഒരു രക്തച്ഛവി നിറഞ്ഞ ആകാശത്തിലൂടെ കടലിലേക്കിറങ്ങാൻ തുടങ്ങിയിരുന്നു. പെട്ടെന്നൊരു വലിയ പക്ഷി തിരമാലകൾക്കപ്പുറത്തേക്ക് താഴുന്നതും ഒരു മീനിനെ കാലിലൊതുക്കി പറന്നകലുന്നതും ശ്യാമ അവളെ വിളിച്ചു കാണിച്ചു.

"പാവം മീൻ. അത് വെള്ളത്തിന്റെ മുകളിൽ വരുന്നതും നോക്കി തക്കം പാർത്തിരിക്കയായിരുന്നിരിക്കും ഈ പക്ഷി."

ശ്യാമ പറഞ്ഞു. കാവ്യ അവളെ നോക്കി.

ശലഭം പറഞ്ഞത്

"അതെ തക്കം പാർത്തിരുന്നതാവും ഇരപിടിക്കാൻ.."

കാവ്യയുടെ മനസ് എന്തുകൊണ്ടോ അസ്വസ്ഥമായി.

ഇരപിടിക്കാൻ തക്കം പാർത്തിരുന്ന പക്ഷിയുടെ കൗശലത്തെ കുറിച്ചു ചിന്തിക്കവേ അവളറിയാതെ അവളുടെ ചിന്തകൾ ഭൂതകാലത്തേയ്ക്ക് ഊളിയിട്ടു പോയി.

"കോവിലിൽ വച്ചൊരു താലികെട്ട് മാത്രം മതി. എനിക്ക് മറ്റു ഡിമാന്റൊന്നും ഇല്ല."

സാമ്പത്തികനിസ്സഹായതയുടെ കരിനിഴലിൽ വഴികാണാനാവാതെ നിന്ന അമ്മയ്ക്ക് ആ വാക്കുകൾ ആശ്വാസമായിരുന്നു. ദേവീക്ഷേത്രത്തിനു മുന്നിൽ തൊഴുകൈയ്യോടെ ശിരസു കുനിച്ച് അയാളുടെ താലിമാല ഏറ്റുവാങ്ങുമ്പോൾ മനസ്സിൽ സന്തോഷം തന്നെയായിരുന്നു. കുറച്ചു അടുത്ത സുഹൃത്തുക്കളും അമ്മയും മാത്രം പങ്കെടുത്ത ഒരു കുഞ്ഞു കല്യാണം. അയാളുടെ ബന്ധുക്കളായി ആരുമുണ്ടായിരുന്നില്ല. തനിക്കങ്ങനെ ആരുമില്ലെന്ന് അയാൾ നേരത്തെ പറഞ്ഞിരുന്നല്ലോ.

തന്റെ ഉടലാഴങ്ങളിൽ പലപ്പോഴും അയാൾ ബലം പിടിച്ചു തന്നെ പ്രണയം നിറയ്ക്കുന്നുവെന്നും, പുരുഷന്റെ പ്രണയമെന്നാൽ ഇങ്ങനെയൊക്കെയാണെന്നും അവൾ സ്വയം വിശ്വസിച്ചു പോന്നു. രണ്ടു മക്കളുടെ ജനനശേഷമാണ് ഇതിങ്ങനെയാണോ എന്നൊക്കെ അവൾ ചിന്തിച്ചു തുടങ്ങുന്നത്. സംഭോഗശേഷം വേദനിച്ചു നുറുങ്ങുന്ന തന്റെ ഉടലിനോട് അയാൾക്ക് ലവലേശം പോലും പ്രണയമല്ല എന്നും അത് വെറും കാമം മാത്രമാണെന്നും അതും അയാൾക്ക് മടുത്തു തുടങ്ങിയെന്നുമൊക്കെ അവൾ മെല്ലെ മെല്ലെ തിരിച്ചറിഞ്ഞു തുടങ്ങി.

ചെറിയൊരു പനിയായിട്ടായിരുന്നു തുടക്കം. നേരം വെളുത്തതോടെ ഉടലാകെ കുരുക്കൾ പൊങ്ങി. മേലനക്കാൻ ആവാത്ത വേദന. അയാൾ മുറിയിലേക്ക് വന്നു. അയാളുടെ കണ്ണിൽ തെളിഞ്ഞു കണ്ട വെറുപ്പിന്റെ ഭാവം അവളെ ഭയപ്പെടുത്തി. നിസ്സംഗതയോടെ കുട്ടികളെയുമെടുത്ത് അയാൾ അയാൾക്ക് ഭാഗം കിട്ടിയ കുടുംബവീട്ടിലേക്ക് യാത്രയാകുമ്പോൾ ശരിക്കും തന്നെ ഈ അവസ്ഥയിൽ ഒറ്റപ്പെടുത്തി പോകുന്ന അയാളെ ഓർത്തു ദുഃഖിച്ചില്ല പകരം കുഞ്ഞുങ്ങളെ ഓർത്ത് സന്തോഷിച്ചു. അവർക്കിത് പകരാതിരിക്കട്ടെ എന്ന് ആശ്വസിച്ചു.

അടച്ചിട്ട മുറിയിലെ വസൂരിത്തടവുകാലത്ത് ജനാലയിലൂടെ കാണാവുന്ന ഇത്തിരി ലോകത്തിൽ അയലത്തെ സുശീലചേച്ചിയുടെ

10
പൊന്നി

പരന്നപാത്രത്തിൽ ചായം കലക്കി വച്ച് പൊന്നി വിരിച്ചിട്ട പുതപ്പിൽ നോക്കി ഇരുന്നു. അവളുടെ കൈകളിൽ ബ്രഷ് നിശ്ചലമായിരുന്നു. എവിടെ നിന്ന് തുടങ്ങും? എന്ത് വരയ്ക്കും?

'മോളെ ഇത്തിരി വെള്ളം എടുത്തു തരുവോ..'

അമ്മയുടെ ശബ്ദം കേട്ട് അവൾ അകത്തേക്ക് പോയി. വെള്ളമെടുത്തു കൊടുക്കവേ അമ്മ ശ്വാസമെടുക്കാൻ വല്ലാണ്ട് ബുദ്ധിമുട്ടുന്നു എന്നവൾക്ക് മനസിലായി. ഇത്തിരി വെള്ളം ചൂടാക്കി ആവി പിടിച്ചാൽ അമ്മയ്ക്ക് ആശ്വാസമാകും...

അടുപ്പിൽ വെള്ളം ചൂടായിക്കൊണ്ടിരിക്കവേ അവൾ അച്ഛനെയോർത്തു.

കരിയെഴുതി പൊട്ടുതൊട്ട് ഒരുക്കിവിട്ട അമ്മയുടെ ഒക്കത്തിരിക്കുന്ന ഒരുവയസുകാരനെ നോക്കി കൈവീശി യാത്രപറഞ്ഞു സ്കൂളിലേക്കുള്ള ഗ്രാമപാതയിൽ സൈക്കിളിന്റെ മുന്നിലിരുന്നു ആറുവയസുകാരി പൊട്ടിച്ചിരിച്ചു.

'അപ്പാ ഒരു കഥ പറഞ്ഞു താ'

'ന്റെ രാജകുമാരിക്ക് ഇന്നാരുടെ കഥയാ കേൾക്കേണ്ടത്?'

'അപ്പനിഷ്ടമുള്ള കഥ'

'ഒരിടത്തൊരിടത്തൊരു.'

സൈക്കിൾ ഗ്രാമപാതയിലൂടെ സ്കൂളിന് മുന്നിലേക്കെത്തി. സ്കൂളിന് തൊട്ടുമുന്നിൽ ഉള്ള അമ്മൂമ്മയുടെ പൂക്കടയ്ക്ക് മുന്നിലേക്ക് സൈക്കിൾ നിർത്തി.

'ങാ ഹാ അച്ഛനും, രാജകുമാരിയും എത്തിയല്ലോ! ഇന്ന് പണിയില്ലേ?'

അമ്മൂമ്മ കെട്ടിവച്ചിരുന്ന പൂവിൽ നിന്ന് പതിവ് നീളം എടുത്തു കൊടുത്ത് കൊണ്ട് ചോദിച്ചു.

'ഒണ്ടു മാമീ.. ടൗണിലെ തുണിക്കടയുടെ ബോർഡും പിന്നെ കുറെ പടവും തീർക്കാനുണ്ട്'

'ആ ടാക്കീസിന്റെ അവിടത്തെ കടയിലെ പടം ഞാൻ കണ്ടു. ജീവനുള്ളപോലെ ഉണ്ട്. നീ ഒരു മിടുക്കാനാ. കടവുൾ തന്ന കല യല്ലേ. യാരും കണ്ണുവയ്ക്കാമെ ഇറുക്കട്ടും'

മാമി ചിരിച്ചു കൊണ്ട് പറഞ്ഞു...

പൊന്നി സ്കൂളിലേക്ക് കയറുമ്പോ അപ്പന്റെ സൈക്കിൾ ടൗണി ലേക്കുള്ള വീഥിയിലായിരുന്നു.

പൊന്നി പെട്ടെന്ന് ഞെട്ടലോടെ ഓർമ്മകളുടെ ലോകം വിട്ടിറ ങ്ങി. വെള്ളം തിളച്ചിരിക്കുന്നു. അവൾ ആ വെള്ളത്തിലേക്ക് ആവി പിടിക്കാനുള്ള മരുന്നുകളിട്ട് അമ്മയുടെ അടുത്തേക്ക് പോയി.

'പഴയ പേപ്പർ തകരം കുപ്പി.... ആരുമില്ലേ ഇവിടെ?'

വീടിനു പുറത്തു നിന്ന് ഒച്ചകേട്ടു പൊന്നു ഇറങ്ങിവന്നു.

'എന്താ?'

'പഴയ പേപ്പർ തകരം കുപ്പി.. ആ സൈക്കിള് കൊടുക്കുന്നോ?'

'ഇല്ലാ അത് കൊടുക്കാനുള്ളതല്ല..'

'ഒടിഞ്ഞു പറിഞ്ഞ സൈക്കിളല്ലേ അതോണ്ട് ചോദിച്ചതാ...'

'ഇവിടെ ഒന്നൂലാ കൊടുക്കാൻ....'

പൊന്നി ഉറച്ച ശബ്ദത്തിൽ പറഞ്ഞു... ആക്രിക്കാരൻ അടുത്ത ഇടങ്ങളിലേക്ക് പോയി. പൊന്നി ആ സൈക്കിൾ നോക്കി, അവളു ടെ കണ്ണുകൾ നിറഞ്ഞു. അവളറിയാതെ വിളിച്ചു പോയി..

'അപ്പാ...'

വാതിൽപ്പടിയിൽ ആ സൈക്കിൾ നോക്കി കുറെ നേരം അവളി രുന്നു. അശ്രദ്ധയോടെ കാറോടിച്ച അവൾക്കറിയാത്ത ആ ആളെ അവൾ ശപിച്ചു. വിതുമ്പലോടെ അവളകത്തേക്ക് കയറി ചുവരിൽ ഇരിക്കുന്ന അപ്പന്റെ പടം നോക്കി.

അപ്പന്റെ തുണിയിൽ പൊതിഞ്ഞ ഉടൽ ബന്ധുക്കളും നാട്ടുകാ രും ചേർന്ന് എടുത്തുകൊണ്ടു പോകുമ്പോൾ അവളെയും കുഞ്ഞ നിയനെയും ചേർത്ത് പിടിച്ചു അവളുടെ അമ്മ കരഞ്ഞു തളർന്നി രുന്നു. പിന്നെ മെല്ലെ മെല്ലെ ദിനങ്ങൾ കൊഴിയവെ വീട്ടിൽ അവ ളും അമ്മയും കുഞ്ഞനിയനും മാത്രമായി.

തലയിണകളും, ചെറിയ മെത്തകളും ഉണ്ടാക്കുന്ന കമ്പനി. സ്കൂൾ വിട്ടു വരുമ്പോൾ അവിടത്തെ ജനാലയിലൂടെ അമ്മായിരു ന്നു തലയിണകളിൽ ഇലവുംപഞ്ഞി നിറയ്ക്കുന്നതു അവൾ കൗതുകത്തോടെ നോക്കി നിൽക്കാറുണ്ടായിരുന്നു. വെട്ടുതുണി

കൾക്ക് മേലെ വിരിച്ച തുണിയിൽ ഉറങ്ങുന്ന കുഞ്ഞനിയനെയും. അപ്പോഴും ഇടയ്ക്ക് അമ്മ കിതയ്ക്കുന്നുണ്ടെന്നും, ചുമയ്ക്കുന്നുണ്ടെന്നും അവൾ ശ്രദ്ധിച്ചിരുന്നു.

ആശുപത്രി വരാന്തയിൽ അനിയനെയും ചേർത്ത് പിടിച്ചിരുന്ന നാളുകൾ. കഠിനമായ ശ്വാസംമുട്ടും, ചുമയും ഒരുവിധം ഒന്ന് കുറഞ്ഞപ്പോൾ ആ സത്യം മുന്നിൽ വന്നു. അമ്മയ്ക്കിനി കമ്പനിപ്പണിക്ക് പോകാൻ ആവില്ല. അവരുടെ ശ്വാസകോശത്തിന് അവിടത്തെ പൊടിയും മറ്റും താങ്ങാനുള്ള ശേഷിയില്ല. അന്നും അമ്മ അനിയനെയും തന്നെയും ചേർത്ത് പിടിച്ചു കരഞ്ഞത് അവളോർത്തു.

ആരുടെയൊക്കെയോ സഹായത്തോടെ സാരികളിലും, പുതപ്പുകളിലും ഒക്കെ പടം വരച്ചു കൊടുക്കുന്ന ജോലി അമ്മ തുടങ്ങിയത് പിന്നെയാണ്. വീണ്ടും ജീവിതമൊന്നു പച്ചപിടിച്ചെന്നു തോന്നിയ കാലത്താണ് വീണ്ടും അമ്മയുടെ ആരോഗ്യം മോശമായതും, അവർ കിടപ്പിലായിപ്പോയതും.

ഇനിയെന്ത്? ആ ചോദ്യത്തിന് മുന്നിലാണ് അവൾ ചായം കലക്കി ബ്രഷെടുത്തത്. അപ്പനുണ്ടായിരുന്നപ്പോ പഠിപ്പിച്ചിരുന്ന ചിത്രകലാ ബാലപാഠങ്ങൾ അവളോർത്തു.

പൊന്നി മെല്ലെ വരച്ചു തുടങ്ങി.

വരച്ചുണക്കിയ തുണികൾ തിരികെ ഏൽപിച്ചു അടുത്ത സെറ്റ് തുണികൾ വാങ്ങാനും കൂലി വാങ്ങാനുമായിട്ടാണ് അവൾ തുണിക്കടയിലെത്തിയത്. അവൾ വരച്ച ചിത്രങ്ങൾ കണ്ടു തുണിക്കടയിലെ മുതലാളി അത്ഭുതപ്പെട്ടു. അടുത്ത സെറ്റ് തുണിയും കാശും നൽകി അവളെ യാത്രയാക്കിയശേഷം അയാളാ തുണി നിവർത്തി അതിൽ തന്നെ നോക്കി ഇരുന്നു.

ദൂരെ വച്ചിരിക്കുന്നൊരു സൈക്കിളും, രണ്ടുവശവും മുടി പിന്നിയിട്ട ആ സൈക്കിളിനടുത്തേക്കോടുന്ന ഒരു പെൺകുട്ടിയും, അത് നോക്കി നിൽക്കുന്ന മറ്റൊരു കൊച്ചു കുട്ടിയും.

അയാൾ മെല്ലെ തിരിഞ്ഞു പൊന്നിയെ ഒന്നുകൂടി നോക്കി.

എന്നിട്ട് ശ്രദ്ധയോടെ ആ തുണി മടക്കി.

൦൦

11
മഴനൂലുകൾ

പുറത്തു മഴ തിമിർത്തു പെയ്തുകൊണ്ടിരുന്നു. വരാന്തയിലിരുന്നു ലക്ഷ്മി ഓവുചാലിലൂടെ പെയ്യുന്ന മഴനൂല് നോക്കിക്കൊണ്ടിരുന്നു. മഴനൂലുകൾ പെരുകി ഒരു കയറിന്റെ രൂപം നേടുന്നുണ്ടോ? പെട്ടെന്നൊരു നിലവിളി ലക്ഷ്മിയുടെ തൊണ്ടയിൽ കുരുങ്ങി.

"മതി ... അകത്തേക്ക് പോകാം"

ലക്ഷ്മിയുടെ തോളിൽ ആരോ തൊട്ടു. അവൾ ഞെട്ടലോടെ തിരിഞ്ഞു നോക്കി. ശാന്തമായ മുഖഭാവത്തോടെ നിൽക്കുന്ന തന്റെ ഭർത്താവിനെ നോക്കി അവൾ കരഞ്ഞു.

"സഞ്ജീവാ.. ദേ ഈ മഴനൂലുകൾ... കയറു പോലെ..."

"വരൂ'

സഞ്ജീവൻ അവളെ മെല്ലെ എഴുന്നേൽപ്പിച്ചു അകത്തേക്ക് നടന്നു.

*** *** *** *** *** *** *** ***

സ്കൂൾ വിടാനുള്ള മണി മുഴങ്ങി. കലപില ശബ്ദത്തോടെ സ്കൂൾ ഇടനാഴി ഉണർന്നു. കുട്ടികൾ കൂട്ടത്തോടെ സ്കൂളിൽ നിന്ന് പുറത്തേക്ക് നടക്കുന്നത് ടീച്ചർ നോക്കി നിന്നു. പെട്ടെന്നവരുടെ ശ്രദ്ധ ഒറ്റയ്ക്ക് തന്റെ ബാഗുമെന്തി പുറത്തേക്ക് നടക്കുന്ന അലിയിൽ ചെന്ന് തറച്ചു. അവൻ പെട്ടെന്ന് തിരിഞ്ഞു നോക്കി. അവന്റെ മുഖത്തു വിഷാദമാണോ അതോ കത്തുന്ന അമർഷമോ? ടീച്ചർ പെട്ടെന്ന് അസ്വസ്ഥയായി. അവർ അലിക്ക് മുഖം കൊടുക്കാതെ അകത്തേക്ക് നടന്നു. തന്റെ കസേരയിൽ ഇരുന്നു വെറുതെ മേശപ്പുറത്തേക്ക് നോക്കിയിരുന്നു.

*** *** *** *** *** *** *** ***

ശലഭം പറഞ്ഞത്

കട്ടിലിൽ മയങ്ങുന്ന ലക്ഷ്മിയെ നോക്കി സഞ്ജീവൻ ഇരുന്നു. അവൾ വല്ലാതെ മാറിപ്പോയിരിക്കുന്നു. മുഖത്താകെ നിറഞ്ഞ ക്ഷീണഭാവം. എപ്പോഴുമെന്തെങ്കിലും പറഞ്ഞുചിരിച്ചിരുന്ന ലക്ഷ്മി. അയാളുടെ ഓർമ്മകൾ പോയ കാലത്തിലേക്ക് മെല്ലെ തിരിച്ചു പോയി.

"അവളുടെ മുത്തശ്ശനെക്കുറിച്ചറിയാമല്ലോ? ദുർമന്ത്രവാദിയായിരുന്നു.. എത്രയെത്ര കുടുംബങ്ങളാണ് അയാൾ ദുർമന്ത്രവാദത്തിലൂടെ തകർത്തത്? അവരുടെയൊക്കെ കണ്ണുനീരിന്റെ ശാപം ദുർമന്ത്രവാദിയുടെ കുടുംബത്തെ പിന്തുടരുമെന്നാണ് ശാസ്ത്രം മോനെ.. നമുക്കീ ബന്ധം വേണ്ടാ. നിന്റെ പഠിപ്പ് കഴിഞ്ഞാൽ നിനക്ക് നല്ലൊരു ജോലി കിട്ടാതിരിക്കില്ല. നല്ല എണ്ണം പറഞ്ഞ കുടുംബങ്ങളിൽ നിന്ന് നിനക്ക് പെണ്ണ് കിട്ടാതിരിക്കില്ല. എന്തായാലും ഇവള് വേണ്ടാ."

"എനിക്കിതിലൊന്നും ഒട്ടും വിശ്വാസമില്ല അമ്മേ. ഞാനെന്റെ ജീവിതം ജീവിച്ചു തീർക്കാൻ തീരുമാനിച്ചിട്ടുള്ളത് ലക്ഷ്മിയോടൊപ്പമാണ്. അതിനി എന്ത് സംഭവിച്ചാലും അങ്ങനെ മാത്രമേ നടക്കുകയുമുള്ളൂ. എന്റെ തീരുമാനത്തിന് മാറ്റമില്ല"

അങ്ങനെ വീട്ടുകാരുടെ എതിർപ്പ് വകവയ്ക്കാതെ രജിസ്റ്ററിൽ ഒപ്പിട്ടിറങ്ങുമ്പോൾ മുന്നോട്ടുള്ള ജീവിതം എങ്ങനെയാവുമെന്നതിനെ കുറിച്ച് ഒരു ധാരണയുമുണ്ടായിരുന്നില്ല. ജീവിക്കണം മാന്യമായി തൊഴിലെടുത്ത് ജീവിക്കാൻ ആതുര സേവന രംഗത്തുള്ള വിദ്യാഭ്യാസ യോഗ്യത മാത്രം മതിയാവുമായിരുന്നില്ല. എങ്കിലും അത് നല്ലൊരു തുടക്കത്തിന് പോന്നതാണെന്നു ഉത്തമ ബോധ്യമുണ്ടായിരുന്നു ഇരുവർക്കും.

*** *** *** *** *** *** *** ***

തന്റെ ബാഗും കുടയുമെടുത്തു സ്കൂളിൽ നിന്നിറങ്ങാൻ ടീച്ചർ ഒരുങ്ങി. പെട്ടെന്ന് മഴ തുടങ്ങി. ഇനി മഴ തീരാതെ ഇറങ്ങാനാവില്ല. അവർ തിരികെ കസേരയിലേക്കിരുന്നു. പെട്ടെന്നവർക്ക് അലിയുടെ കണ്ണുകൾ ഓർമവന്നു. അസ്വസ്ഥതയോടെ അവർ മേശപ്പുറത്തേക്ക് നോക്കി ഇരുന്നു.

"മാധവാ നീയെന്തിനാ ആ ഇറച്ചിവെട്ടുകാരന്റെ മോൻ അലിയുടെ കൂടെ കൂട്ടുകൂടി നടക്കുന്നത്? അവരൊക്കെ മദ്രസയിലൊക്കെ പഠിച്ചിട്ടു വരുന്നവരാണ്. നാലാം വേദക്കാരാ. അതൊക്കെ നിന്നെയും പഠിപ്പിച്ചു വഷളാക്കും."

മാധവൻ ടീച്ചറെ തുറിച്ചു നോക്കി. അന്നുച്ച ഇന്റർവെൽ സമയത്തും മാധവനും അലിയും കൈകോർത്തു നടക്കുന്നത് കണ്ടു അവരുടെ നിയന്ത്രണം വിട്ടു. 'വളർത്തു ദോഷം, കുട്ടികൾക്കിപ്പോ ജാതിയും മതവും ഒന്നും വിഷയമല്ലാതായി വരട്ടെ ഇവന്റെ മാതാപിതാക്കളെ വിളിച്ചു രണ്ടു സംസാരിക്കേണ്ടതുണ്ട്' അവർ മനസ്സിലുറപ്പിച്ചു.

*** *** *** *** *** *** *** ***

സഞ്ജീവന്റെ കണ്ണുകൾ ചുവരിൽ ഇരുന്ന ചിത്രത്തിൽ ഉടക്കി. വിവാഹശേഷം ഇനിയെന്ത് എന്നു ഓർത്തുനിന്ന തന്നെയും ലക്ഷ്മിയെയും ജർമനിയിലെ ജോലിയിലേക്ക് നയിച്ച സുഹൃത്തിനെ അയാൾ ഓർത്തു. കുടുംബത്തിന് അടിസ്ഥാനമിടാൻ പോന്ന അവസ്ഥയുണ്ടായി എന്ന് തോന്നിയപ്പോഴാണ് തിരികെ നാട്ടിലേക്ക് വന്നത് വന്നയുടനെ സർക്കാർ ജോലി ലഭിച്ചതും അത്ഭുതമെന്നോണം അയാളോർത്തു.

അതിനും രണ്ടുവർഷം കഴിഞ്ഞാണ് മക്കൾ. ഇരട്ടക്കുട്ടികളായിരുന്നു. ഇരട്ടക്കുട്ടികൾ രണ്ടു ജെൻഡറിൽ ഉണ്ടാവുന്നത് ഒരു അപൂർവതയാണെന്നു പറഞ്ഞത് തങ്ങൾ ജോലിസ്ഥലത്താകുമ്പോൾ കുട്ടികളെ നോക്കാൻ ഏർപ്പാടാക്കിയിരുന്ന ലൈലാത്ത ആയിരുന്നു എന്നയാളോർത്തു.

അവർക്ക് മാത്രമായിരുന്നില്ല മാധവനും മാധവിയും അയൽക്കാർക്കും അത്ഭുതമായിരുന്നു പലപ്പോഴും.

സഞ്ജീവൻ മെല്ലെ എഴുന്നേറ്റു ജനാലയ്ക്കടുത്തേക്ക് നടന്നു. ജനാലയിലൂടെ നോക്കിയാൽ ഇടുക്കിയുടെ മനോഹാരിത കാണാം. ദൂരെ മലയിലൂടെ വളഞ്ഞു പുളഞ്ഞു പോകുന്ന റോഡുകൾ അയാൾക്ക് കാണാമായിരുന്നു.

*** *** *** *** *** *** *** ***

എട്ടാമത്തെ വളവിൽ നിന്ന് മുകളിലേക്കുള്ള വഴിയിലെ സ്കൂളിനെ അപ്പാടെ നനച്ചു കൊണ്ട് മഴ പെയ്തുകൊണ്ടിരുന്നു. പുറത്തിറങ്ങാനാവാതെ ടീച്ചർ അവിടെ തന്നെ ഇരുന്നു.

“വിയർത്തു മുഷിഞ്ഞാണോ ക്ലാസിൽ വരുന്നത്? അതെങ്ങനാ വഴിയിൽ കണ്ട പിള്ളേരോടൊക്കെ ഓടിയും ചാടിയും..”

“ഈ കയറ്റമൊക്കെ കയറി വരുമ്പോ വിയർക്കില്ലേ ടീച്ചർ?”

“എന്നോട് തർക്കുത്തരം പറയുന്നോ മാധവാ. എനിക്ക് നിന്നെ

യൊന്നും പഠിപ്പിക്കേണ്ടതോ നിന്റെയൊക്കെ അഹങ്കാരം കാണേണ്ടതു ആയ യാതൊരു ആവശ്യവുമില്ല. നിനക്കൊക്കെ ഊഹിക്കാൻ പോലും ആവാത്ത സ്വത്തും പണവും ഉള്ള കുടുംബത്തിൽ നിന്നാണ് ഞാൻ വരുന്നത്. അല്ലാതെ നിന്റെ കൂട്ടുകാരെ പോലെ ഇറച്ചി വെട്ടും, കൊളുന്തു നുള്ളലുമായി നടക്കുന്നവർ എന്റെ കുടുംബത്തിലില്ല. നല്ല കുടുംബത്തിൽ പിറന്ന ഒരു ചെക്കനല്ലേ എന്ന് കരുതി നല്ലതു പറഞ്ഞു കൊടുക്കുമ്പോ തർക്കുത്തരമാണോ, നിന്റെ അച്ഛനേം അമ്മേം കാണുന്നുണ്ട് ഉടനെ നിന്ന് താളം ചവിട്ടാതെ ക്ലാസിൽ പോ"

മാധവൻ ഒന്നും മിണ്ടാതെ തലകുനിച്ചു നടന്നു പോയി. തോറ്റവനെ പോലെയുള്ള അവന്റെ പോക്ക് കണ്ടു തനിക്ക് സന്തോഷം തോന്നിയിരുന്നു എന്ന് ടീച്ചർ ഓർത്തു.

*** *** *** *** *** *** *** ***

ലക്ഷ്മി മെല്ലെ എഴുന്നേറ്റു. അടുക്കളയിലേക്ക് നടക്കുമ്പോ മാധവിയുടെ മുറിയിലേക്ക് അവളൊന്നു പാളി നോക്കി. ശ്രദ്ധാപൂർവം ഇരുന്നു എന്തോ വായിക്കയാണ് അവൾ. മാധവി അറിയാതെ അവളെ നോക്കി നിന്നിട്ട് ലക്ഷ്മി അടുക്കളയിലേക്ക് നടന്നു.

അടുപ്പിൽ പാൽ തിളയ്ക്കുമ്പോൾ അവളുടെ ഓർമയിലേക്ക് പൊടുന്നനെ ആ രംഗം കടന്നു വന്നു.

"ലുക്ക് അറ്റ് ദിസ്. മാധവനെന്താ എഴുതിയിരിക്കുന്നതെന്നു നോക്കൂ? ഇഷ്ടപ്പെട്ട വ്യക്തിയെക്കുറിച്ചെഴുതാൻ പറഞ്ഞപ്പോ അവൻ എഴുതിയത് ഒരു കമ്യൂണിസ്റ്റ് മിലിറ്റന്റ് ലീഡറെക്കുറിച്ചാ. ചെഗുവേര! വെയർ ഡിഡ് ഹി ഗെറ്റ് സച് ഇൻഫൊർമേഷൻസ്. അവനെന്താ വായിക്കുന്നെ എന്നൊന്നും നിങ്ങൾ നോക്കാറില്ലേ?"

"വീട്ടിൽ ഇത് മാത്രമല്ല ടീച്ചർ കുറെ പുസ്തകങ്ങളുണ്ട്, കുട്ടികൾ അവർക്കിഷ്ടമുള്ളതൊക്കെ വായിച്ചറിയട്ടെ അതല്ലേ നല്ലത്?"

"നന്നായി, ദൈവനിഷേധികളെക്കുറിച്ചൊക്കെയാണോ വായിക്കേണ്ടത്?"

ഇതിലിത്രയ്ക്ക് ക്ഷോഭിക്കാൻ എന്താണുള്ളതെന്നു ലക്ഷ്മിക്ക് അന്നും ഇന്നും പിടികിട്ടിയിരുന്നേയില്ല. ബൈസിക്കിൾ തീവ്സും മറ്റു ലോക ക്ളാസിക്കുകളും അവൻ വായിച്ചിട്ടുണ്ടെന്നത് ലക്ഷ്മിക്ക് ഉറപ്പായിരുന്നു. ഒരാളെക്കുറിച്ചെഴുതേണ്ടി വന്നപ്പോൾ അടിച്ചമർത്തപ്പെട്ടവർക്ക് വേണ്ടി ജീവിതം ഉഴിഞ്ഞു വച്ച ചെഗുവേരയെ കുറിച്ചാവട്ടെ എന്ന് അവനു തോന്നിക്കാണും. അതൊരു സാധാ

രണ്ട കാര്യമായിട്ടാണ് ലക്ഷ്മിക്ക് തോന്നിയത് എന്നാൽ ടീച്ചർ തിളച്ചുകൊണ്ടിരുന്നു. പെട്ടെന്ന് ലക്ഷ്മി അടുപ്പിൽ തിളയ്ക്കുന്ന പാലിലേക്ക് ശ്രദ്ധിച്ചു. അത് തിളച്ചു തൂവാറായിരുന്നു.

*** *** *** *** *** *** *** ***

മഴ തെല്ലൊന്നു കുറഞ്ഞെന്നു തോന്നിയപ്പോൾ ടീച്ചർ സ്റ്റാഫ്റൂമിൽ നിന്നും ഇറങ്ങി നടന്നു. സ്കൂളിന് മുന്നിലെ ചാപ്പലിൽ യേശുവിന്റെ ക്രൂശിതരൂപം. അവർ കണ്ണടച്ച് പ്രാർത്ഥിക്കാൻ ശ്രമിച്ചു. കഴിയുന്നില്ല മാധവനു യേശുവിന്റെ ഛായ.

അവർ ധൃതിപിടിച്ചു നടന്നു.

“ടീച്ചർ ഞാൻ ക്ലാസിൽ കയറിക്കോട്ടെ?”

“നോ.... നിന്റെ തന്തയും തള്ളയും വന്നെന്നെ കണ്ടിട്ട് നീ ക്ലാസിൽ കയറിയാൽ മതി.”

“ടീച്ചർ ശരിക്കും എനിക്ക് പനിയായിരുന്നതുകൊണ്ടാണ് വരാൻ പറ്റാതെ പോയത്. സംശയമുണ്ടെങ്കിൽ ടീച്ചർ അച്ഛനെ വിളിച്ചു ചോദിച്ചു നോക്കൂ.”

“നോ.. നിന്റെ തന്തയും തള്ളയും വരട്ടെ, എന്നിട്ട് ആലോചിക്കാം ക്ലാസിൽ കയറുന്ന കാര്യം.”

മാധവൻ ടീച്ചറെ തന്നെ നോക്കി നിന്നു. അവന്റെ മുഖത്തു ഭാവങ്ങൾ മിന്നി മറയുന്നതു ടീച്ചർ ഒരു പ്രത്യേക സംതൃപ്തിയോടെ നോക്കി നിന്നു.

“എന്റെ അച്ഛനും അമ്മയും ജോലിയുള്ളവരാണ് ടീച്ചർ, ഇങ്ങനെ വിളിച്ചാൽ ഉടനെ ഓടിയിങ്ങു വരാൻ അവർക്കാവില്ല. ഞാൻ നാളെ ലീവ് ലെറ്റർ കൊണ്ടുവരാം ഇന്നെന്നെ ക്ലാസിൽ കയറാൻ അനുവദിക്കണം പ്ലീസ്.”

“അത്ര കൊമ്പത്താണോ നിന്റെ തന്തയും തള്ളയും, ഇനി എന്തുവന്നാലും ശരി അവരിവിടെ വരാതെ നിന്നെ ക്ലാസിൽ കയറ്റുന്ന പ്രശ്നമില്ല”

വർദ്ധിച്ച ക്ഷോഭത്തോടെ ടീച്ചർ അത്രയും പറഞ്ഞു.

“എന്നാൽ ടീച്ചറു കേട്ടോ എന്റെ അച്ഛനും അമ്മയും ഈ കാര്യത്തിനായി സ്കൂളിൽ വരാൻ പോകുന്നില്ല. ഞാനും.”

സ്റ്റാഫ്റൂമിന്റെ വാതിൽ തള്ളിത്തുറന്നു മാധവൻ പുറത്തേക്ക് നടന്നു. ടീച്ചർ അവനെ തന്നെ നോക്കി നിന്നു. ദൈവനിഷേധികളെക്കുറിച്ചൊക്കെ വായിച്ചു പിള്ളേരൊക്കെ ഇപ്പൊ വലിയ ആൾക്കാരായി എന്നാ വിചാരം. ഇവന്റെ തന്തയും തള്ളയും ഇങ്ങു

വരട്ടെ. ഇത്തവണ ഇവനെ ഞാൻ ഒരു പാഠം പഠിപ്പിക്കും.

അവർ മനസിൽ കുറിച്ചു.

ടീച്ചറുടെ ഓർമ്മകൾ മുറിച്ചുകൊണ്ട് ഒരു മിന്നൽ അടിച്ചു.

ജെറുസലേം ദേവാലയത്തിലെ ചാട്ടവാറിന്റെ ഒച്ച.

ടീച്ചർ ഭീതിയോടെ കണ്ണടച്ചു.

*** *** *** *** *** *** *** ***

പുറത്തു മഴ കടുത്തിരുന്നു. കാർമേഘക്കൂട്ടുകൾ വെളിച്ചത്തെ വല്ലാതെ മറച്ചുകളഞ്ഞിരുന്നു. പെയ്തൊഴിയുന്ന മഴയത്തു ലക്ഷ്മിയെ ചേർത്തുപിടിച്ചിരുന്ന സഞ്ജീവൻറെ മനസിലേക്ക് ആ പ്രളയകാലം പൊടുന്നനെ വന്നു നിറഞ്ഞു.

"അവരാ അങ്കിൾ ആ ടീച്ചറാ... അവൻ കാലുപിടിച്ചു പറഞ്ഞതാ പനിയായിരുന്നത് കൊണ്ടാ വരാൻ പറ്റാതെ പോയതെന്ന്. എന്നിട്ടും അവർ അവനെ ക്ലാസിൽ കേറാൻ സമ്മതിച്ചില്ല." അലി വിങ്ങിപ്പൊട്ടി. അപ്പോഴേക്കും കയർ അഴിച്ചു താഴെ കിടത്തിയിരുന്ന മാധവന്റെ ചലനമറ്റ ഉടൽ നോക്കി മരവിച്ച മനസോടെ സഞ്ജീവൻ അലിയെ ചേർത്ത് പിടിച്ചു നിന്നു.

*** *** *** *** *** *** *** ***

"അവരു തോൽക്കും അലീ.. ഞാനിതു വീട്ടിൽ പറയാൻ പോകുന്നില്ല. നീ കണ്ടോ അവര് തോൽക്കും." ക്ലാസിൽ നിന്നു ബാഗുമെടുത്ത് പുറത്തേക്ക് നടക്കുമ്പോൾ മാധവൻ അലിയോട് പറഞ്ഞു.

"നീയെന്താ ചെയ്യാൻ പോകുന്നേ. വീട്ടിൽ പറയ്, അവർക്ക് മനസിലാകും. ഈ ടീച്ചറിന്റെ സ്വഭാവം ലക്ഷ്മിയന്റിക്കൊക്കെ അറിയാവുന്നതല്ലേ."

"ഇല്ല. ഇക്കാര്യത്തിന് എന്റെ വീട്ടിൽ നിന്നാരും ഇങ്ങോട്ടു വരില്ല." മാധവൻ ഉറച്ച കാൽവയ്പുകളോടെ നടന്നു.

*** *** *** *** *** *** *** ***

ഒരു തുണ്ടു കയറു കൊണ്ട് ലീവ് ലെറ്ററെഴുതി പോയ മാധവന്റെ ഓർമയിൽ മൂന്നു ഹൃദയങ്ങൾ ആ വീടിനുള്ളിൽ പെയ്യാൻ വിതുമ്പി. അവർക്ക് വേണ്ടിയെന്നോണം മാനത്തൊരു ഇടിവെട്ടുകയും മഴ തിമിർത്തു പെയ്യാൻ ആരംഭിക്കുകയും ചെയ്തു.

○○

12
ഏലസ്

പ്രസ്ക്ലബ്ബിലെ ഓഡിറ്റോറിയത്തിലേക്ക് കടക്കുമ്പോൾത്തന്നെ വാതിൽക്കൽ അവളുണ്ടായിരുന്നു.

അവളെന്നെ അത്ഭുതത്തോടെ നോക്കി.

'ഹാവൂ ഇത്തവണയെങ്കിലും നീ വന്നല്ലോ!'

ഇതിനു മുൻപ് അവളുടെ പല പുസ്തകങ്ങളുടേയും പ്രകാശന വേളയിൽ ക്ഷണിക്കപ്പെട്ടിട്ടും പോകാതിരുന്നതിന്റെ പരിഭവമൊക്കെ ഒറ്റയടിക്ക് മാറിയെന്നു തോന്നി. അതിഥികൾ വന്നുകൊണ്ടിരുന്നു. ഹാളിനുള്ളിൽ കാര്യങ്ങളൊക്കെ താനാണ് നിയന്ത്രിക്കുന്നതെന്ന ഭാവത്തിൽ നടക്കുന്ന ആളെ ഞാനൊന്ന് ശ്രദ്ധിച്ചു. അവനാണോ ഇത്? ഹേയ് അവാനിടയില്ല.

സ്വന്തം പുസ്തകം പ്രകാശനം ചെയ്യപ്പെടുമ്പോൾ അതിലേക്ക് എത്തിച്ചേരുന്ന അതിഥികളെ സ്വീകരിക്കുന്ന തിരക്കിലേക്ക് അവളെ വിട്ടുകൊടുത്തിട്ട് വേദി നന്നായി കാണാൻ സാധിക്കുന്ന വിധത്തിലൊരു മധ്യനിര സീറ്റിലേക്ക് ഞാൻ ഒതുങ്ങിക്കൂടി. വേദിക്ക് സമീപം നിന്ന് എന്നെ സംശയത്തോടെ അവൻ ഒന്ന് പാളി നോക്കിയോ? ഇനിയത് അവൻ അല്ലാന്നുണ്ടോ? സമാനഛായയുള്ള മറ്റാരെങ്കിലുമാണെങ്കിലോ? അവനായിരുന്നുവെങ്കിൽ എന്തെങ്കിലും ഒരു പരിചയഭാവം കാട്ടാതിരിക്കുമോ?

ചടങ്ങുകൾ ഔപചാരികമായി ആരംഭിച്ചു. സ്വാഗതം പറഞ്ഞയാൾ എഴുത്തുകാരൻ, വാഗ്മി, പുരസ്കാരജേതാവ് എന്നൊക്കെ പുകഴ്ത്തി അവനെ പരിചയപ്പെടുത്തിയപ്പോൾ അത്ഭുതത്തോടെ ഞാൻ തിരിച്ചറിഞ്ഞു. അതവൻ തന്നെയാണ്! എന്റെ പഴയ സഹപാഠി!

ഓർമകളിൽ പെട്ടെന്ന് പാർവതിയുടെ മുഖം തെളിഞ്ഞു. വെളുത്തുമെലിഞ്ഞ സുന്ദരിയായ പാർവതി. അവളുടെ മനോഹരമായ

നെറ്റിയിലെ ചന്ദനക്കുറി. ഞങ്ങളുടെ ക്ലാസിൽ ഏറ്റവും കുറച്ചു സംസാരിച്ചിരുന്നത് അവളായിരുന്നു എന്ന് തോന്നിയിട്ടുണ്ട്. എപ്പോഴും പ്രസന്നമായ, ശാന്തമായ ഒരു ഭാവം ആ മുഖത്തു കാണാമായിരുന്നു. ഏതോ സ്വപ്നലോകത്തെന്നപോലെ മിക്കപ്പോഴും തന്നിലേക്കൊതുങ്ങി ഇരിക്കുന്ന പാർവതിയുടെ സൗഹൃദവലയവും അത്ര വലുതായിരുന്നില്ല. ഞങ്ങൾ ഒന്നുരണ്ടാളിൽ മാത്രം അത് ഒതുങ്ങി.

വേദിയിൽ ഇപ്പോൾ പ്രശസ്തനായ ഒരു സാഹിത്യനിരൂപകൻ പുസ്തകത്തിന്റെ ഉള്ളടക്കത്തിന്റെ മേന്മകൾ എണ്ണിപ്പറയുകയാണ്. അവൻ അപ്പോഴൊക്കെയും വേദിയിൽ എഴുത്തുകാരിയുടെ തൊട്ടടുത്തിരുന്നു അവളോട് എന്തൊക്കെയോ തമാശകൾ പറഞ്ഞു ചിരിക്കുന്നുണ്ടായിരുന്നു. പ്രാസംഗികനാകട്ടെ അപ്പോഴും എഴുത്തുകാരിയെ പുകഴ്ത്തുന്നതിലും, ആ പുസ്തകത്തിലെ പ്രണയകവിതകളുടെ വ്യത്യസ്തതയെക്കുറിച്ചു വിവരിക്കുന്നതിലും ശ്രദ്ധയൂന്നി.

വ്യത്യസ്തമായ പ്രണയകവിതകൾ.. വ്യത്യസ്തമായ പ്രണയം, ചിന്തകൾ വീണ്ടും കോളേജ്മുറിയിലെത്തി. കരഞ്ഞു കലങ്ങിയ പാർവതിയുടെ മുഖം.

'നിനക്കെന്തു പറ്റി, എന്തിനാ കരയുന്നേ?'

അവളൊന്നും പറഞ്ഞില്ല. കരഞ്ഞ് കലങ്ങിയ കണ്ണുകളോടെ എന്നെ വെറുതെ നോക്കിയിരുന്നു അവളുടെ മനസ്സിലൊരു കടലിരമ്പുന്നതു എനിക്ക് മനസ്സിലാക്കാമായിരുന്നു. ഞാൻ അവളെ ചേർത്തുപിടിച്ചു, ഇത്തിരി നേരം കഴിഞ്ഞപ്പോൾ അവൾ അല്പം ശാന്തയായി എന്ന് തോന്നി.

'പാറൂ, എന്ത് വിഷയമാണെങ്കിലും പറയ്'

'ഞാൻ പറയാം, എന്നെ കളിയാക്കരുത്, വേറെ ആരും അറിയണ്ടാ...'

ഞാൻ അവളെ വീണ്ടും ചേർത്തുപിടിച്ചു അവൾക്ക് ധൈര്യം പകർന്നു.

'നമ്മുടെ ക്ലാസിലെ ഒരാളുമായിട്ട്..'

'ഒരാളുമായിട്ട്?'

പാർവ്വതിയും അവനും തമ്മിലുള്ള രഹസ്യപ്രണയത്തിന്റെ കഥ അന്നാണ് ഞാൻ അറിയുന്നത്. ധനാഢ്യനായ പിതാവിന്റെ മകനായിരുന്നു അവൻ. കോളേജ് അധികൃതർക്ക് വേണ്ടപ്പെട്ട മുതലാളിയുടെ മകൻ എന്ന നിലയിൽ അവനു കോളേജിൽ ഇത്തിരി

സ്വാതന്ത്ര്യം കൂടുതലുമായിരുന്നു. അവനെ ഇഷ്ടപ്പെടുന്ന കുറച്ചു പെൺകുട്ടികളുണ്ടെന്നു എനിക്കറിയാമായിരുന്നു. പക്ഷേ, അതിന് ഇവളെന്തിനു കരയുന്നു?

'ഇഷ്ടം പ്രണയം ഒക്കെ ഉണ്ടാവുന്നത് സ്വാഭാവികമല്ലേ? അതിനെന്തിനാ കരയുന്നത്? എന്താ ഇപ്പോൾ പ്രശ്നം?'

'അത് അവന്റെ കഴുത്തിലൊരു ഏലസ് കിടക്കുന്നത് കണ്ടിട്ടില്ലേ?'

'ഉവ്വ്'

'ഇന്നു ഞങ്ങൾ സംസാരിക്കുമ്പോൾ കഴുത്തിൽ നിന്നും ആ ഏലസ് തനിയേ അഴിഞ്ഞുവീണു.'

'ഒരു ഏലസ് അഴിഞ്ഞു വീണതിനാണോ നീ കരയുന്നത്?'

പാർവതിയുടെ കണ്ണുകൾ വീണ്ടും നിറഞ്ഞു.

'അവന്റെ മുത്തശ്ശി, അവസാനകാലത്ത് ഒരു സന്യാസജീവിതം നയിച്ചിരുന്ന ഒരാളായിരുന്നുവത്രെ. അവർ ജപിച്ചു കൊടുത്തതാണത്രേ ആ ഏലസ്. അവന്റെ ജീവിതത്തിലേക്ക് കടന്നു വരുന്ന പെൺകുട്ടി അവനു ചേരുന്ന ആളല്ല എങ്കിൽ അതു താനേ അഴിഞ്ഞു താഴെ വീഴുമെന്നു അവർ അന്നു പറഞ്ഞിരുന്നുവത്രെ!'

'അതുകൊണ്ട്?'

'ഞാൻ തന്നെ അവനോടു പറഞ്ഞു നമുക്കു പിരിയാമെന്നു. അങ്ങനെ പറഞ്ഞെങ്കിലും അതു മനസ്സുകൊണ്ട് ഉൾക്കൊള്ളാൻ ആവുന്നില്ല. ഡാ, നെഞ്ചിൽ വല്ലാത്ത ഒരു ഭാരം പോലെ.'

ഞാൻ അവളെത്തന്നെ നോക്കിയിരുന്നു. എനിക്ക് സത്യത്തിൽ ചിരിയാണ് വന്നത്. എങ്കിലും അവളുടെ മാനസികാവസ്ഥ മനസിലാക്കിയതുകൊണ്ടു ഞാൻ ചിരിച്ചില്ല. പകരം അവളെ വിളിച്ചുകൊണ്ടു ക്ലാസിൽ നിന്നു പുറത്തേക്ക് പോയി. മുറ്റത്തെ മരച്ചുവട്ടിൽ കാറ്റുകൊണ്ടിരിക്കവേ ഞാൻ പാറുവിന്റെ കൈ പിടിച്ചു.

'നീ രക്ഷപെട്ടു എന്ന് കരുതിയാൽ മതി പാറൂ.. ശരിക്കും ആ ഏലസ് നിന്നെ രക്ഷിക്കുകയാണു ചെയ്തത്.'

അവൾ മനസ്സിലാകാത്തത് പോലെ എന്നെ തുറിച്ചു നോക്കി.

'നിനക്ക് അവനെക്കുറിച്ചു ശരിയായി അറിയാഞ്ഞിട്ടാണ്. ഈ ഏലസ് ആദ്യമായിട്ടൊന്നുമല്ല അഴിഞ്ഞു വീഴുന്നത്. നിനക്ക് വിശ്വാസം വരുന്നില്ലെങ്കിൽ ഒന്നു രണ്ടുപേരുടെ ഏലസ് അനുഭവം അവരിൽ നിന്നു തന്നെ ഞാൻ കേൾപ്പിക്കാം.'

അവളൊന്നു ഞെട്ടിയോ? എങ്കിലും എന്നെ വിശ്വാസം വരാത്ത പോലെ അവൾ വെറുതെ നോക്കിക്കൊണ്ടിരുന്നു.

ശലഭം പറഞ്ഞത്

'എന്റെ ഈ മാല കണ്ടോ?'

'ഇത് നിന്റെ പഴയ മാലയല്ലേ?'

'അതെ, ഈ മാല ഞാൻ പ്രീഡിഗ്രിക്കു പഠിച്ചുകൊണ്ടിരുന്ന കാലത്താണ് ആദ്യം ഇവിടെ ഇട്ടുവരുന്നത്, അന്നത്തെ പുതിയ ഫാഷനൊക്കെ ആയതുകൊണ്ടാവും കൂട്ടുകാർക്ക് ഇത് ഒരു കൗതുകമായി തോന്നി. അവനെന്റെ ക്ലാസ്സിലായിരുന്നു അന്നും. ഇതൊന്ന് ഇട്ടു നോക്കട്ടെ എന്നു ചോദിച്ചപ്പോ ഞാൻ സമ്മതിച്ചു. അവൻ മാല കഴുത്തിലിട്ട സമയത്താണ് ക്ളാസിലേക്ക് അദ്ധ്യാപകൻ കയറി വന്നത്. ഞങ്ങളൊക്കെ പെട്ടെന്ന് അവരവരുടെ സീറ്റിലേക്കിരുന്നു. ക്ലാസ് തുടങ്ങിയപ്പോൾ ഞാൻ അവനെ നോക്കി. അവൻ ക്ളാസിലില്ലായിരുന്നു. ഞാൻ ശരിക്കും പേടിച്ചു. പക്ഷേ, ആ പിരീഡ് തീർന്നപ്പോൾ തന്നെ അവൻ വന്നു മാല തിരികെ തന്നിട്ടു പോയി.'

'പെട്ടെന്ന് സാർ വന്നപ്പോ തരാൻ പറ്റാതെ ആയതാവും'

'ഞാനും അങ്ങനാ കരുതിയേ, പക്ഷേ, മാല തിരികെ ഇട്ടപ്പോ എന്തോ പന്തികേടു തോന്നിയിരുന്നു. അതിൽ നിന്നു കുറച്ചു കണ്ണികൾ മുറിച്ചെടുക്കപ്പെട്ടിരുന്നു. അവന്റെ ഉറ്റ ചങ്ങാതി പിന്നീട് അക്കാര്യം എന്നോട് സമ്മതിക്കുകയും ചെയ്തു. പക്ഷേ അതിനു ശേഷം പ്രീഡിഗ്രി കാലയളവിൽ ഒരിക്കൽ പോലും ഇക്കാര്യം ചോദിക്കാൻ പാകത്തിനവനെ കണ്ടിട്ടേയില്ല. അതു മാത്രമല്ല, ഒരിക്കൽ ബസ് സ്റ്റാൻഡിൽ ഭിക്ഷയാചിച്ചു ജീവിച്ചിരുന്ന ചിന്താമണി എന്ന അന്ധയുടെ ഭിക്ഷാപാത്രത്തിൽ നിന്നു അവൻ കാശെടുത്തത് കോളേജിലെ ആരോ കണ്ടു അവിടെ പാട്ടാക്കിയിരുന്നു. ചിന്താമണി എന്നൊരു വട്ടപ്പേരു തന്നെ അവനക്കാലത്തുണ്ടായിരുന്നു.'

അവൾ ഒന്നും പറയാതെ എന്നെ നോക്കിക്കൊണ്ടിരുന്നു. അവൾക്കെന്നെ പൂർണമായും വിശ്വാസമായോ എന്നതിൽ എനിക്ക് സംശയമുണ്ടായിരുന്നു.

എങ്കിലും അടുത്ത ഒന്നുരണ്ടു ദിവസത്തിനിടെ അവൾ ക്ലാസിൽ പഴയപോലെ ഇടപെട്ടു തുടങ്ങിയിരുന്നു.

പെട്ടെന്നൊരു കയ്യടിയുടെ ശബ്ദം കേട്ടാണു ഞാൻ ഓർമ്മകളിൽ നിന്നു പുറത്തുകടന്നു. എഴുത്തുകാരിയെ മറുപടി പ്രസംഗത്തിനു ക്ഷണിച്ചതിന്റെ കയ്യടിയായിരുന്നു അത്. ഞാൻ എന്റെ പ്രിയപ്പെട്ട കൂട്ടുകാരിയുടെ വാക്കുകൾ സാകൂതം കേട്ടിരുന്നു. പുസ്തകത്തിന്റെ നിർമിതിയിൽ സഹായിച്ച ഓരോരുത്തരുടെയും പേരുകൾ അവൾ എടുത്തു പറഞ്ഞു. അവനെക്കുറിച്ചു പറയുമ്പോൾ

അവൾ കൂടുതൽ വാചാലയായി എന്ന് തോന്നി.

അവനതൊക്കെ ആസ്വദിച്ച് വേദിയിൽ ഇരുന്നു.

ചടങ്ങുകൾ അവസാനിച്ചപ്പോൾ അവിടെ വില്പനയ്ക്ക് ഒരുക്കിയിരുന്ന പുസ്തകത്തിന്റെ ഒരു കോപ്പി മറ്റുള്ളവർക്കൊപ്പം ഞാനും വാങ്ങി.

യാത്രപറഞ്ഞിറങ്ങാൻ തുടങ്ങവേ ഞാൻ അവനെ ഒന്നുകൂടി നോക്കി.

തെറ്റിയില്ല ആ എലസിപ്പോഴും അവന്റെ കഴുത്തിലുണ്ട്. എന്റെ നോട്ടം അലോസരപ്പെടുത്തിയത് കൊണ്ടാവാം അവൻ മെല്ലെ അവിടെ നിന്നു മാറിക്കളഞ്ഞു.

13
സുജാത ടീച്ചർ

ഇതെന്തേ പുറപ്പെടാൻ വൈകുന്നതെന്തെന്നോർത്തു മകളെയും ചേർത്ത് പിടിച്ചു സുജാത തീവണ്ടി ബോഗിയിലെ ജനാലയിലൂടെ പുറത്തേക്ക് നോക്കി ഇരുന്നു.

'അമ്മാ.. അത് അച്ഛനല്ലേ?'

ഇളയ മകളുടെ ചോദ്യം അവരെ ഞെട്ടിച്ചു.

'അച്ഛനോ എവിടെ?'

'ദേണ്ടെ..'

അവൾ പ്ലാറ്റ്ഫോമിലേക്ക് ചൂണ്ടിക്കാണിച്ചു. പെട്ടെന്ന് അയാളും അവരെ കണ്ടു. ഇടറുന്ന കാലുകളോടെ അയാൾ അവരിരുന്ന ബോഗിയുടെ അടുത്തേക്ക് വന്നു. ജനാലയിലൂടെ അവരുടെ കൈ പിടിച്ചു വലിച്ചിട്ട് സുജാതയോട് കയർത്തു.

'നീ മറ്റവളെ കാണാനും വിളിച്ചോണ്ടുവരാനുമാണ് ഈ പോക്കെങ്കിൽ, പിന്നെ എന്നെ നോക്കരുത്. നീയും ഇവളുമാരും കൂടിയങ്ങു ജീവിച്ചോണ്ടാ മതി.'

ബോഗിയിൽ ഇരുന്ന ആളുകൾ അവരെ ശ്രദ്ധിക്കുന്നത് കണ്ടു സുജാത ഒന്ന് ചൂളി. എന്ത് മറുപടി പറയണമെന്നറിയാതെ അവർ തലകുനിച്ചു.

'ശരിയാ, എനിക്കിപ്പോ ജോലിയും വരുമാനോം ഒന്നുമില്ല. നീ ഒന്നോർത്തോ അവളെ തിരിച്ചു വിളിച്ചോണ്ട് വരുമ്പോ ഞാൻ വീട്ടിലുണ്ടാവില്ല. ആരെ വേണമെന്ന് നീ തന്നെ തീരുമാനിക്ക്.'

ഒന്ന് നീട്ടിത്തുപ്പി ഉടുത്തിരുന്ന മുണ്ടു മടക്കി കുത്തി അയാൾ തിരിഞ്ഞു നടന്നു. സുജാത ഒന്നും മിണ്ടാതെ തലകുമ്പിട്ടിരുന്നു. മകൾ അമ്മയെ ആശ്വസിപ്പിക്കാനെന്നോണം അവരോടു കൂടുതൽ ചേർന്നിരുന്നു. ബോഗിയിലെ ആളുകൾ തെല്ലു പരിഹാസത്തോടെ അവരെ നോക്കിയിരുന്നു.

ചിലരെങ്കിലും സഹതാപത്തോടെയും.

തീവണ്ടി നീങ്ങിത്തുടങ്ങി.

സുജാത ഒന്നും മിണ്ടാതെ മകളെ ചേർത്ത് പിടിച്ചു ജനാലയിലൂടെ പുറത്തേക്ക് നോക്കിയിരുന്നു.

അവരിലേക്ക് നീളുന്ന കണ്ണുകളെ അവർ കണ്ടില്ലെന്നു നടിച്ചു.

*** *** *** *** *** *** *** ***

ഉച്ചയ്ക്ക് ശേഷം ക്ലാസ് തുടങ്ങാനുള്ള മണിയടിച്ചതോടെ സുജാതടീച്ചർ പുസ്തകങ്ങളുമെടുത്തു തന്റെ ക്ളാസിലേക്ക് പോയി. ഒന്ന് രണ്ടു ടീച്ചർമാർ മാത്രം സ്റ്റാഫ് റൂമിൽ ബാക്കിയായി.

'സുജാത ടീച്ചറെ കാണുമ്പോ സങ്കടം തോന്നും, എന്തൊക്കെയാ സഹിക്കുന്നെ? പാവം.'

'അങ്ങേരെ പറഞ്ഞാ മതിയല്ലോ, അറിയാത്ത കച്ചവടങ്ങൾ ചെയ്തു കുടുംബസ്വത്താകെ നശിപ്പിച്ചു. ഭാഗ്യത്തിന് താമസിക്കുന്ന വീട് ടീച്ചറിന്റെ പേരിലായുണ്ട് വിൽക്കാൻ പറ്റിയില്ല. അല്ലെങ്കിൽ അതും...'

'ഇപ്പൊ സ്ഥിരം വെള്ളത്തിലാ.. കേന്ദ്ര സർവീസിൽ പണിയുണ്ടായിരുന്നതാ ടീച്ചറെ ജോലിസമയത്ത് മദ്യപിച്ചു എന്തൊക്കെയോ കാട്ടിക്കൂട്ടി പിരിച്ചു വിട്ടതാ. വാണിങ് കിട്ടിയപ്പോഴേ ഇവരായാളുടെ കാലുപിടിച്ചു പറഞ്ഞതാ. ആര് കേൾക്കാൻ. ജോലി പോയപ്പോ ടീച്ചറ് തന്നെ ഏതോ ഡീഅഡിക്ഷൻ സെന്ററിൽ കൊണ്ടാക്കി രക്ഷപെടുത്തിയെടുത്തു. അതു കഴിഞ്ഞാ അങ്ങൊരു കച്ചവടത്തിനിറങ്ങിയത്. അത് പൊളിഞ്ഞപ്പോ വീണ്ടും മദ്യപാനം തുടങ്ങി. അതിന്റെ ഇടയിലൂടെയാണ് ഇപ്പൊ മോളിങ്ങനെ കാണിച്ചത്.'

'അവള് നല്ല സുന്ദരികൊച്ചല്ലേ. പഠിക്കാനും മിടുക്കി. ആരാ ഇഷ്ടപ്പെടാത്തത്. എന്നാലും നേരെ ഊരും പേരും അറിയാത്ത ഒരു സർക്കസുകാരന്റെ കൂടെ. അതാ മനസിലാകത്തെ.'

'അയാളുടെ മദ്യപാനവും, ഇവര് തമ്മിലുള്ള സ്വരച്ചേർച്ച കുറവുമൊക്കെ കാരണം ആ കുഞ്ഞിന് മടുത്തിട്ടുണ്ടാവും ടീച്ചറെ. ഇതിൽ നിന്നെല്ലാം കഴിവതും ദൂരെ പോകാൻ അതാഗ്രഹിച്ചിട്ടുണ്ടാവും, മനുഷ്യന്റെ മനസ്സല്ലേ? സമ്മർദങ്ങൾ കൂടുമ്പോ ഒഴിഞ്ഞു മാറാൻ തോന്നുന്നത് സ്വാഭാവികം.'

അതുവരെ മിണ്ടാതിരുന്ന ഒരു അദ്ധ്യാപകൻ പറഞ്ഞു.

'ഇനി എന്തൊക്കെ സഹിക്കണം ഈ പാവം. മൂത്തവളുടെ ജന

നം കഴിഞ്ഞു പന്ത്രണ്ട് വർഷം കഴിഞ്ഞപ്പോഴാ രണ്ടാമത്തെ മോളുണ്ടായത്. അവൾക്കാകെ എട്ടൊമ്പത് വയസേയുള്ളൂ. ഇനി ആ കൊച്ചിനെങ്കിലും സമാധാനമുള്ള ജീവിതം കൊടുക്കാനായാൽ മതിയായിരുന്നു.'

സ്റ്റാഫ് റൂം ചർച്ചകൾ അങ്ങനെ കൊഴുത്തു..

*** *** *** *** *** *** *** ***

പോസ്റ്റ് കവർ പൊട്ടിച്ചു ഉള്ളിലെ കടലാസു നോക്കി സുജാത ഇരുന്നു. മറ്റൊന്നുമില്ല ഒരു അഡ്രെസ്സ് മാത്രം. പക്ഷേ, ഈ കയ്യക്ഷരം? അവളുടെ കയ്യക്ഷരം തന്നെയാണ് എങ്കിലും. നല്ല വടിവൊത്ത അക്ഷരങ്ങളിൽ എഴുതിയിരുന്ന തന്റെ മകൾ....

അവൾ വല്ല കുഴപ്പത്തിലും പെട്ടിട്ടുണ്ടാവുമോ.

അവർ പെട്ടെന്ന് എഴുന്നേറ്റു.

നേരെ പോയി റെഫ്രിജറേറ്ററിൽ നിന്ന് ഒരു കുപ്പി വെള്ളമെടുത്തു കുടിച്ചു. തിരികെ വന്നു ടീച്ചർ കസേരയിൽ ഇരിക്കുമ്പോഴും അവരുടെ കയ്യിൽ ആ കവറുണ്ടായിരുന്നു.

പെട്ടെന്ന് ഗേറ്റ് തുറക്കുന്ന ശബ്ദം.

അവർ ധൃതി പിടിച്ചു ആ കവർ ബാഗിലൊളിപ്പിച്ചു. എന്നിട്ട് ഒന്നുമറിയാത്ത പോലെ ഇരുന്നു. ഇടറുന്ന കാലുകളോടെ അവരുടെ ഭർത്താവ് അകത്തേക്ക് വന്നു. അവരെ ഒന്ന് തുറിച്ചു നോക്കിയിട്ട് നിലത്തുറയ്ക്കാത്ത കാലുകളുമായി അയാൾ വസ്ത്രം പോലും മാറാതെ കട്ടിലിലേക്ക് വീണു.

*** *** *** *** *** *** *** ***

സുജാത ടീച്ചർ തീവണ്ടി ജനാലയിലൂടെ പുറത്തേക്ക് നോക്കിയിരുന്നു. തങ്ങൾക്കിറങ്ങേണ്ട സ്റ്റേഷൻ അടുത്തുവെന്ന് ബോർഡുകൾ കണ്ടു അവർക്ക് മനസിലായി. അവർ മകളെയും കൈ പിടിച്ചു ബോഗിയുടെ വാതുക്കലേക്ക് നടന്നു.

സ്റ്റേഷന് പുറത്തേക്ക് നടക്കുമ്പോൾ കണ്ട ചായക്കടയിൽ നിന്ന് അവർ ഓരോ ചായ കഴിച്ചു. ചായക്കടയിലെ സ്ത്രീ അവരെ നോക്കി കൗതുകത്തോടെ ചോദിച്ചു.

'മലയാളിയാണോ?'

'അതെ....'

അപരിചിതമായ ഈ നാട്ടിൽ മലയാളം സംസാരിക്കുന്നൊരാളെ കണ്ടതിന്റെ സന്തോഷം അവർ മറച്ചു വച്ചില്ല. തന്റെ കൈവശ

മിരുന്ന അഡ്രസ്സ് കൊടുത്തു സ്ഥലം എവിടെയാണെന്ന് അവർ അന്വേഷിച്ചു.

*** *** *** *** *** *** *** ***

'അമ്മാ ഇത് താൻ നീങ്ക ശൊന്ന ഇടം'

ചേരിപോലെ തോന്നുന്ന ഒരിടത്തേക്ക് ഓട്ടോ കൊണ്ട് നിർത്തി ഡ്രൈവർ പറഞ്ഞു. ഡ്രൈവർ അതിലെ പോയ ഒരാളെ വിളിച്ചു സുജാതയുടെ കൈവശമിരുന്ന അഡ്രസ്സ് കാണിച്ചു വീട് ഏതാണെന്നു ചോദിച്ചു. അയാൾ ഇത്തിരി അകലെയുള്ള ഒരു വീട് ചൂണ്ടിക്കാണിച്ചു.

ഓട്ടോക്കാശു കൊടുത്ത് നന്ദി പറഞ്ഞു ടീച്ചർ മകളോടൊപ്പം ആ വീട്ടിലേക്ക് നടന്നു.

*** *** *** *** *** *** *** ***

വീടിന്റെ ഗേറ്റിനു മുന്നിൽ ടാക്സി വന്നു നിന്ന് ടീച്ചറും രണ്ടു പെൺമക്കളും കാറിൽ നിന്നിറങ്ങി. ചില അയൽവീടുകളിൽ നിന്ന് ഒളിഞ്ഞു നോക്കുന്ന കൗതുകമാർന്ന കണ്ണുകളെ അവഗണിച്ചു കൊണ്ട് സുജാത ഗേറ്റു തുറന്നു. ക്ഷീണിതയായി തോന്നിച്ച അവരുടെ മൂത്ത മകൾ അറച്ചു നിന്നു. സുജാത അവളെ നോക്കി.

'മോള് കേറി വാ.. ഇത് നമ്മുടെ വീടല്ലേ? ഇവിടെ ആരെ പേടിക്കാനാ'

'അച്ഛൻ.. '

സുജാതയുടെ ഭർത്താവ് കലിതുള്ളി.

'അവിടെ നിൽക്ക്. അവളേം കൊണ്ട് ഇതിനകത്ത് കേറാമെന്നു കരുതണ്ട. കണ്ടവന്റെ കൂടെ ഒളിച്ചോടിയവളുടെ കണക്ക് അന്നേ തീർന്നതാ. ഇനി എനിക്കങ്ങനെ ഒരു മോളില്ല എന്ന് ഞാനന്നേ ഒറപ്പിച്ചതാ.'

'അവളെ പ്രസവിച്ചത് ഞാനാണ്, ആരെന്തു പറഞ്ഞാലും എനിക്ക് ജീവനുള്ള കാലം അവൾ എന്റെ മോളല്ലാതാവില്ല. നിങ്ങൾക്ക് വേണ്ടെങ്കിൽ വേണ്ടാന്നു വയ്ക്കാം. പക്ഷെ അത് അവളെ മാത്രമാകില്ല. എന്നെയും ഈ ഇളയവളെയും കൂടി വേണ്ടാ എന്ന് വച്ചേക്കണം.'

സുജാതയുടെ ശബ്ദം ശാന്തവും ദൃഢവുമായിരുന്നു. അത് അയാളെ തെല്ലൊന്നു അത്ഭുതപ്പെടുത്താതിരുന്നില്ല. അയാൾ പെട്ടെന്ന് വീടിനുള്ളിലേക്ക് കയറി ഒരു ബാഗെടുത്തു. കൊടുങ്കാറ്റു

പോലെ ഇറങ്ങിപ്പോയി. ഇതൊക്കെ പ്രതീക്ഷിച്ചതു കൊണ്ടാവണം സുജാതയിൽ ഭാവവ്യത്യാസം ഒന്നുമുണ്ടായില്ല. അവർ മക്കളെ അകത്തേക്ക് വിട്ടു ശാന്തമായി ഗേറ്റടച്ചു. തെരുവിന്റെ അങ്ങേ ഭാഗത്തു നിന്നു തന്നെ രൂക്ഷമായി നോക്കുന്ന അവരുടെ ഭർത്താവിനെ നിസ്സംഗമായി ഒന്ന് നോക്കി അവരും അകത്തേക്ക് നടന്നു.

*** *** *** *** *** *** *** ***

അവധിദിവസത്തിന്റെ ആലസ്യമിറക്കി വയ്ക്കാൻ സമുദ്രതീരത്തു ഒത്തുകൂടിയവരെ നോക്കി സുജാതയിരുന്നു. അവർ ദീർഘമായി ഒന്ന് നിശ്വസിച്ചു. തിരകളിലൂടെ കൈകോർത്തു നടക്കുന്ന തന്റെ മക്കളെ നോക്കി അവരുടെ കണ്ണുകൾ നിറഞ്ഞു. ഒപ്പം ജീവിക്കാൻ വിളിച്ചവനെ വിശ്വസിച്ചു തെറ്റ് പറ്റിപ്പോയതിൽ അവളെ കുറ്റപ്പെടുത്താൻ ഇനി താനില്ല. അതൊക്കെ ജീവിതാനുഭവക്കുറവിന്റെ പേരിൽ അറിയാതെ പറ്റിയ തെറ്റ്. ഇനി അവളെ സ്വന്തം കാലിൽ നിർത്താനുള്ള ശ്രമങ്ങളാണ് വേണ്ടത്. അതെ അത് തന്നെയാണ് വേണ്ടത്.

'പോകാം അമ്മാ. ഇരുട്ട് വീഴാറായി..'

മക്കൾ തിരിച്ചെത്തിയിരിക്കുന്നു..

'പോകാം... ഞാനൊന്ന് കാലു കഴുകിക്കോട്ടെ'

അസ്തമയസൂര്യൻ കടലിന്റെ അങ്ങേപ്പുറത്തേക്ക് മറയുന്നതു നോക്കി നിൽക്കവേ സുജാതയുടെ കാലുകളിൽ തിരകൾ വന്നു മുട്ടി മാറിക്കൊണ്ടിരുന്നു.

കുറെ നേരം അത് തന്നെ നോക്കി നിന്ന ശേഷം അവൾ വലതു കയ്യിൽ ചുരുട്ടി പിടിച്ചിരുന്ന താലിയെ അവസാനമായി ഒന്ന് നോക്കി.

അനന്തരം അവളതു കടലിലേക്ക് വലിച്ചെറിഞ്ഞു.

എന്നിട്ട് മക്കളുടെ അടുത്തേക്ക് ശാന്തമായി നടന്നു.

14
സൈനബ

'ഓരിക്ക് ഇപ്പ അമേരിക്കേനോടാ കൂറ്.. അടുത്ത പട്ടാള പ്രസിഡന്റ് വരുമ്പോ അത് ചൈനേനോടാവും, നെയമോം ഇല്ല ഒള്ളത് നടത്തേമില്ല'

സൈനബയുടെ ദേഷ്യം അവളുടെ വാക്കുകളിലൂടെ പുറത്തു വന്നു. സൈനബ അങ്ങനാണ്, അവളെന്തു സംസാരിച്ചാലും അവസാനം അത് പാകിസ്ഥാനിൽ ചെന്ന് നില്ക്കും. എന്നിട്ട് പാകിസ്ഥാനെ ആവുമ്പോലൊക്കെ കുറ്റം പറയുകയും ചെയ്യും.

റെയിൽവേ ക്വാർട്ടേഴ്സിലെ അവസാനത്തെ വീട്ടിലായിരുന്നു ഞാൻ അന്ന് താമസം. അതിനു തൊട്ടപ്പുറത്തെ വഴിയിൽ ആയിരുന്നു സൈനബയുടെ വീട്. റെയിൽവേ ഉദ്യോഗസ്ഥനായിരുന്ന അച്ഛന് ക്വാർട്ടേഴ്സ് അനുവദിച്ചു കിട്ടിയിട്ട് അധികം നാളായിരുന്നില്ല. അതുകൊണ്ടു തന്നെ നാട്ടിൽ നിന്നു ഞാനും അമ്മയും ഒക്കെ അവിടെ വന്നിട്ട് അത്രയധികം നാളായിരുന്നില്ല. എന്നാൽ അവിടെ ജനിച്ചു വളർന്ന സൈനബയ്ക്ക് ആ ഇടമൊക്കെ നല്ല പരിചയമായിരുന്നു താനും. സ്കൂളിലേക്ക് ഞങ്ങൾ ഒരുമിച്ചാണ് പൊയ്ക്കൊണ്ടിരുന്നത്. ഞാനും അവളും ഒരേ ക്ലാസിലായിരുന്നു.

'അനക്കറിയോ ഈ പാകിസ്ഥാനിലൊക്കെ കാര്യങ്ങൾ തീരുമാനിക്കുന്നെ തീവ്രവാദികളാണ്, അവര് പറേണത് കേട്ടില്ലെങ്കീ കൊന്നുകളയും. നാശം പിടിച്ച നാടാ.' ഒരു ദിവസം സൈനബ പറഞ്ഞു.

തീവ്രവാദി എന്നാൽ എന്താണെന്ന് എനിക്കത്ര പിടിത്തമുണ്ടായിരുന്നില്ല. ഏഴാം ക്ളാസുവരെയുള്ള പഠിപ്പിനിടയിൽ അങ്ങനെ ഒരു സംഗതി എന്റെ അറിവിന്റെ മണ്ഡലത്തിൽ എത്തപ്പെട്ടിട്ടുണ്ടായിരുന്നുമില്ല. സ്കൂളുവിട്ടു വന്നിട്ട് ആഹാരം കഴിച്ചുകൊണ്ടിരുന്നപ്പോ അമ്മയോട് ഞാൻ ചോദിച്ചു.

ശലഭം പറഞ്ഞത്

'അമ്മേ ഈ തീവ്രവാദി എന്നാലെന്താ? അവര് കൊല്ലുമോ?'

അമ്മ എന്റെ ചോദ്യം കേട്ട് അത്ഭുതപ്പെട്ടു!

'നിന്നോടിതാരാ പറഞ്ഞേ?'

'അത് സൈനബയാ പറഞ്ഞേ, പാകിസ്ഥാനിലൊക്കെ അവരാ, അവര് പറേണത് കേട്ടില്ലെങ്കിൽ കൊല്ലുമത്രെ! അവര് ചീത്തയാണ് അല്ലേ അമ്മേ'

'എന്തെങ്കിലുമൊരു കാര്യത്തിൽ അന്ധമായ വിശ്വാസം വച്ച് പുലർത്തി അതിൽ വിശ്വാസിക്കാത്തവരെ കൊന്നു കളയാൻ പോലും മടിയില്ലാത്തവരെയാ തീവ്രവാദികൾ എന്ന് വിളിക്കുന്നേ. പാകിസ്ഥാനിൽ മാത്രമല്ല പല രാജ്യങ്ങളിലും അവരുണ്ട്.'

അമ്മയുടെ മറുപടി എനിക്കത്ര മനസ്സിലായിരുന്നില്ല അന്ന്. എന്നാലും സൈനബയെ ഞാൻ ഇഷ്ടപ്പെട്ടു. അവളുടെ സ്നേഹവും കരുതലും നിറഞ്ഞ ഇടപെടലായിരുന്നിരിക്കാം കാരണം. പക്ഷേ, അപ്പോഴും അവളുടെ ഈ പാകിസ്ഥാൻ വിരോധത്തിന്റെ കാരണം എനിക്കറിയുമായിരുന്നില്ല. ഒടുവിൽ അവസരമുണ്ടാക്കി ഞാൻ അതവളോട് ചോദിക്കുക തന്നെ ചെയ്തു.

'ന്റെ .. ഉപ്പച്ചീടെ കുടുംബം പാകിസ്ഥാനിലായിരുന്നു. പണ്ട് അവര് ഇങ്ങു വന്നതാ, എന്നാല് ഇവിടെ തങ്ങീലാ, അവടേം ഇവടേം ആയിട്ടൊക്കെ ആരുന്നു. ന്റെ വാപ്പച്ചിക്ക് പതിനാറ് വയസൊള്ളപ്പോ അവിടെ ഒരു ജോലിക്ക് പോയതാ. ഇടയ്ക്ക് വരും ലീവ് കഴീമ്പ പോവും, ഇവിടെ വന്നാലും പുകിലാ ഇടയ്ക്ക് പോലീസൊക്കെ വന്നു കൊണ്ടോവും, കാര്യങ്ങൾ ചോദിക്കും കൊണ്ടുവന്നതൊക്കെ പൊളിച്ചു നോക്കും. പിന്നെ ഇടയ്ക്ക് പോയ ശേഷം വാപ്പച്ചി വന്നില്ല..'

'എന്ത് പറ്റി'

'തീവ്രവാദികള്.... ഹിന്ദുസ്ഥാൻ ചാരൻ ന്നു പറഞ്.. മയ്യത്തു പോലും കണ്ടീലാ.. പാവാരുന്നു വാപ്പച്ചി.. കുപ്പായോം, പലാരോം ല്ലാം ണ്ടാവും വരുമ്പോ..'

സൈനബ പൊട്ടിക്കരഞ്ഞു..

ഞാൻ അവളെ ചേർത്ത് പിടിച്ചിരുന്നു...

'ല്ലാണ്ടായി. പ്പ ഒന്നൂല്ലാണ്ടായി.. ന്റെ പാവം വാപ്പച്ചി'

സൈനബ കരഞ്ഞോണ്ടിരുന്നു.

*** *** *** *** *** *** *** ***

നരവീണു തുടങ്ങിയ തല തലോടി ഞാൻ തീവണ്ടി ജനാലയി

ലൂടെ പുറത്തേക്ക് നോക്കിയിരുന്നു.

ഏതോ സ്റ്റേഷൻ പിന്നിട്ടപ്പോൾ നിരനിരയായി ഇരിക്കുന്ന റെയിൽവെ ക്വാർട്ടേഴ്സുകൾ കണ്ടു. ഞാനുറ്റു നോക്കി അവിടെ ങ്ങാനും അവളുണ്ടോ എന്റെ പഴയ കളിക്കൂട്ടുകാരി സൈനബ.

○○

15
മേ ഐ കം ഇൻ ടീച്ചർ?

'അദ്ധ്യാപനം മഹത്തായൊരു കർമ്മമാണ്, തൊഴിലെന്നതിലുപരി അതൊരു ഉത്തരവാദിത്വം കൂടിയാണ്, അടുത്ത തലമുറയെ വാർത്തെടുക്കുന്ന ഉത്തമ കർമ്മം'

കുട്ടിക്കാലത്തു തന്നെ അച്ഛന്റെ ആ വാക്കുകൾ അവളുടെ മനസ്സിൽ കൊത്തിവച്ച പോലെ തെളിഞ്ഞു കിടന്നതു കൊണ്ടാവണം അവൾ ആ വഴിക്ക് തന്നെ പരിശ്രമിച്ചതും ഒടുവിൽ ലക്ഷ്യം നേടിയതും. ജോയിൻ ചെയ്ത സ്കൂളിൽത്തന്നെ ആറ് വർഷമായി തുടരുകയാണ്. എങ്കിലും അനാമികയ്ക്ക് നിരാശയായിരുന്നു. പല സഹപ്രവർത്തകർക്കും അദ്ധ്യാപനം വെറും ഒരു ജീവനോപാധി എന്നതിനപ്പുറം യാതൊരു പ്രാധാന്യവുമില്ലാത്ത ഒന്നാണെന്ന തിരിച്ചറിവ് അവളെ നിരാശയാക്കി.

'ആ താരയുണ്ടല്ലോ അവളിന്നും ക്ലാസിൽ വന്നില്ല.'

ഇന്റർവലിനു സ്റ്റാഫ് റൂമിൽ വച്ച് ഒൻപതാം ക്ലാസിലെ ക്ലാസ് ടീച്ചർ ബീന അടുത്തിരുന്ന മേരിടീച്ചറോടു പറഞ്ഞു.

'അതെന്താ?'

മേരിടീച്ചറിന്റെ ചോദ്യമുയർന്നു.

'ഓ അതിന്റെ തന്ത. അയാളൊരു മുഴുക്കുടിയനാ. ഭാര്യയ്ക്ക് അവിഹിതമുണ്ടെന്ന് പറഞ്ഞ് എന്നും തല്ലും ബഹളവുമാ. അതുകൊണ്ട് മിക്കദിവസവും ആ കൊച്ച് ക്ലാസ്സിൽ വരത്തില്ല.'

'ആ പൊക്കമുള്ള വെളുത്ത കൊച്ചല്ലേ?'

ആനിടീച്ചർ ചോദിച്ചു.

ചോറിലേക്ക് തൈരൊഴിച്ചുകൊണ്ട് ബീനടീച്ചർ ആനിടീച്ചറിനെ നോക്കി.

'ങാ.. അവളു തന്നെ. എന്തായാലും നാളെ അവളെ വിളിച്ചൊന്നു സംസാരിക്കണം'

ക്ലാസ്സ് ടീച്ചർ എന്ന അധികാരത്തിൽ തന്നെയാണ് ബീന അത് പറഞ്ഞത്.

പിറ്റേന്ന് രാവിലെ ക്ലാസ് തുടങ്ങുന്നതിനു മുൻപ് ഒരു കുറ്റവാളിയെ പോലെ താര സ്റ്റാഫ് റൂം വാതുക്കൽ പ്രത്യക്ഷപ്പെട്ടു. അനാമിക ആ കുട്ടിയെ ശ്രദ്ധിച്ചു. ലളിതമെങ്കിലും വൃത്തിയായ വേഷവിധാനം. അവളുടെ കണ്ണുകളിൽ വിഷാദം തെളിഞ്ഞു നിന്നു.

'ഇങ്ങ് കയറിവാടോ'

ബീന അല്പം ഉറക്കെ തന്നെ പറഞ്ഞു ആനി ടീച്ചറും മേരിയും കൗതുകത്തോടെ താരയെ നോക്കി. ബീനടീച്ചർ പതിയെ അവളുടെ കൈപിടിച്ച് മുഖത്ത് അനുകമ്പ വരുത്തി അവളോട് ചോദിച്ചു.

'ഇന്നലെ എന്താ നീ ക്ലാസിൽ വരാത്തെ?'

താര മറുപടിയൊന്നും പറഞ്ഞില്ല.

അവളുടെ കണ്ണുകളിൽ കണ്ണീർക്കണങ്ങൾ തുളുമ്പി.

'എന്താ കുഞ്ഞേ അച്ഛൻ വീണ്ടും... '

അവൾ നിറകണ്ണുകളോടെ ടീച്ചറെ നോക്കി.

എന്നിട്ട് തല കുനിച്ചു നിന്നു.

'പോട്ടെ സാരമില്ല. ജീവിതം അങ്ങനെയൊക്കെയും കൂടിയാണ്, എന്ന് കരുതി അത് നിന്റെ പഠിപ്പിനെ ബാധിക്കാൻ അനുവദിക്കരുത്. പഠിച്ചു വലിയ വലിയ ആളാകുമ്പോ സന്തോഷമുള്ള ജീവിതം നിനക്കും ഉണ്ടാകും കുട്ടീ.. പൊയ്ക്കൊള്ളൂ, വരാത്ത കാര്യം അറിയാൻ വിളിച്ചതാ.'

അല്പം ആശ്വാസത്തോടെ ടീച്ചറെ നോക്കിയിട്ട് താര ഇറങ്ങി പോയി.

'ഇവളാണെങ്കി നല്ലതുപോലെ വെളുത്തിട്ടാണല്ലോ. തന്ത കറുത്തിട്ടും. അയാളെ കുറ്റം പറയാൻ പറ്റത്തില്ല. ആരായാലും സംശയിച്ചു പോകും ഇല്ലേ ടീച്ചറെ?'

മേരി ടീച്ചർ പറഞ്ഞത് കേട്ട് ബീനയും ആനിയും ഉറക്കെ ചിരിച്ചു.

'ഇവളുടെ ശരീരഭാഷ അത്ര ശരിയായി എനിക്ക് തോന്നുന്നില്ല ടീച്ചറെ.. ഇത്തിരി കഴിഞ്ഞാൽ ചിലപ്പോ ഇവളും.'

അനിടീച്ചറും തന്റെ ഭാഗം പൂർത്തിയാക്കി. അനാമികയ്ക്ക് അവരുടെ ഈ കമന്റുകൾ കേട്ടതോടെ നിയന്ത്രണം നഷ്ടപ്പെട്ടു.

'ബെസ്റ്റ്. ഇതൊരു വിദ്യാലയമല്ലേ? നമ്മൾ ഒക്കെ അധ്യാപകരല്ലേ? ആ കൊച്ചിന്റെ മുഖം കണ്ടോ? ഉള്ളുടഞ്ഞു നിൽക്കുന്ന ഒരു വിദ്യാർത്ഥിനിയെക്കുറിച്ചാണ് നിങ്ങളീ പറയുന്നതെന്ന് മറക്കരുത്.

അവർക്ക് അറിവ് പകരുക മാത്രമല്ല അവരുടെ സ്വഭാവ രൂപീകരണ വും നമ്മുടെ ഉത്തരവാദിത്വമാണ്. നമ്മളേ ഇങ്ങനെയായാൽ അവ രെ ആര് നല്ലതു പഠിപ്പിക്കും.'

അനാമിക ഉറച്ച ശബ്ദത്തിൽ ചോദിച്ചു.

'അതൊക്കെ ടീച്ചർ സ്വന്തം കാര്യത്തിൽ ശ്രദ്ധിച്ചാൽ മതി. ഞങ്ങൾ എന്ത് വേണമെന്ന് ഞങ്ങൾ തീരുമാനിച്ചുകൊള്ളാം.'

മേരി ടീച്ചർ ഒരു വാഗ്വാദത്തിനു തയാറായി തന്നെ മറുപടി നൽ കി. അനാമികയും വിട്ടില്ല.

'ആറുവർഷമായി ഞാനും ഇവിടെ എത്തിയിട്ട്. നിങ്ങളുടെ അത്ര സീനിയോറിട്ടിയുണ്ടാവില്ല പക്ഷേ, കുട്ടികളോട് പെരുമാറേ ണ്ടത് ഇങ്ങനെയൊന്നുമല്ല എന്ന് എനിക്ക് നല്ല ബോധ്യമുണ്ട്.'

'മനസിലായില്ല..' ആനിടീച്ചർ മേരിടീച്ചറിന്റെ പക്ഷം ചേർന്നു.

'മനസിലാകില്ല.. നിങ്ങൾക്കൊരിക്കലും മനസിലാകില്ല, ഉടഞ്ഞു നീറുന്ന മനസുമായി ആ പടി കടന്നു വരുന്ന താരയെ പോലുള്ള അനേകം കുട്ടികളുണ്ട്. ആകെ ആശ്രയം നമ്മളാണ്. അവരെ മന സിലാക്കുന്ന അവരെ നേർവഴിക്ക് നയിക്കാൻ പോന്ന അവരോടു സ്നേഹമുള്ള ആളുകളാണ് ഇവിടെ ഉള്ളതെന്ന് തോന്നിയില്ലെങ്കി ലും അവർ ഇവിടെയും വെറുത്തുപോകും. അവരുടെ ജീവിതത്തോ ട് തന്നെ വെറുപ്പാകും. നിങ്ങൾക്ക് അതൊന്നും മനസിലാകില്ല..'

അവസാന വരി പറയുമ്പോൾ അനാമിക വല്ലാതെ വികാരഭരി തയായി. അവളുടെ ഒച്ച ഇടറി. അതോടെ അതുവരെ ഇതിലൊ ന്നും പങ്കെടുക്കാതെ മൗനമായിരുന്ന ഒരു അദ്ധ്യാപിക എഴുന്നേറ്റു അനാമികയുടെ കൈ പിടിച്ചു. അപ്പോഴേക്കും ക്ലാസ് തുടങ്ങാനു ള്ള ബെൽ മുഴങ്ങി. അദ്ധ്യാപകർ അവരവരുടെ ക്ളാസിലേക്ക് പോ യി. ആദ്യത്തെ പിരീഡിൽ അനാമിക ക്ളാസിലേക്ക് പോയില്ല. പകരം ആ സമയത്തു ഫ്രീ ആയിരുന്ന മറ്റാരോ ആണ് ആ ക്ളാസി ലേക്ക് പോയത്.

*** *** *** *** *** *** *** ***

വർഷങ്ങൾ പലതു കഴിഞ്ഞിരിക്കുന്നു. പല സ്ഥലം മാറ്റങ്ങൾ ക്കും ഉദ്യോഗകയറ്റങ്ങൾക്കും ശേഷം അനാമിക അതേ സ്കൂളിൽ പ്രധാന അദ്ധ്യാപികയായി. ഓഫീസ് റൂമിൽ ഡിഇഒ ഓഫീസിലേ ക്ക് അയക്കേണ്ട ചില ഫയലുകൾ പരിശോധന ചെയ്തുകൊണ്ടി രിക്കുമ്പോൾ പെട്ടെന്ന് ഒരു ശബ്ദം.

'മെ ഐ കം ഇൻ ടീച്ചർ?'

'യെസ്' എന്ന് യാന്ത്രികമായി പ്രതികരിച്ച ശേഷം അനാമിക കടന്നു വന്ന ആളെ നോക്കി.

എവിടെയോ കണ്ടു മറന്ന മുഖം.

'ഗുഡ് മോർണിംഗ്.. ടീച്ചർ എന്നെ ഓർക്കുന്നുണ്ടോ?'

പെട്ടെന്ന് അനാമികയ്ക്ക് ആളെ പിടികിട്ടി!

'ങാ ഹാ .... താരയല്ലേ?'

'ടീച്ചർ എനിക്ക് ജോലി കിട്ടി. രണ്ടു ദിവസം കഴിയുമ്പോ ജോയിൻ ചെയ്യണം. അനുഗ്രഹിക്കണം'

താര അനാമികയുടെ കാൽ തൊട്ടു വന്ദിച്ചു.

'നന്നായി വരും കുട്ടീ. ആട്ടെ എന്താ ജോലി? എവിടെയാണ്?'

'പട്ടണത്തിലാണ് ടീച്ചർ. ജോലി അധ്യാപികയായി തന്നെ.. ടീച്ചർ ഓർക്കുന്നുണ്ടോ എന്നറിയില്ല.. പണ്ട് സ്റ്റാഫ് റൂമിൽ വച്ച് എനിക്ക് വേണ്ടി ടീച്ചർ അവരോടു വഴക്കടിക്കുമ്പോ ഞാൻ പുറത്തു കരഞ്ഞുകൊണ്ട് നിൽക്കുകയായിരുന്നു. അന്ന് ഞാൻ തീരുമാനിച്ചതാ ഒരു ടീച്ചർ ആവണമെന്ന്.'

താരയുടെ കൈകൾ പിടിച്ചു ചേർത്തുകൊണ്ട് അനാമിക അവളുടെ മുഖത്തേക്ക് നോക്കി.

സന്തോഷം കൊണ്ടാവണം അവരുടെ കണ്ണുകൾ നിറഞ്ഞു.

അവർ പരസ്പരം നോക്കിനിന്നു.

OO

16
നുണകൊണ്ടവാക്കുകൾ

കോളേജിൽ വച്ച് കണ്ടുമുട്ടിയ ശേഷം ആറുവർഷം പ്രണയിച്ച ശേഷമാണ് വിഷ്ണുവും ഗാഥയും ഇരുവരുടെയും വീട്ടുകാരുടെ എതിർപ്പ് വകവയ്ക്കാതെ ഒരുമിച്ചു ജീവിക്കാൻ തീരുമാനിക്കുന്നത്. താമസിയാതെ അവരുടെ പ്രണയവല്ലരിയിൽ മാളവിക എന്ന കുഞ്ഞു പുഷ്പവും വിരിഞ്ഞു. പ്രശ്നങ്ങളൊന്നുമില്ലാതെ മനോഹരമായി ജീവിതം മുന്നോട്ടു പൊയ്ക്കൊണ്ടിരിക്കവെയാണ് ഒക്കെയും തകിടം മറിഞ്ഞത്.

ഈ രാജ്യത്തു ഓരോ ദിവസവും തെരുവപകടങ്ങളിൽ പൊലിയുന്ന ആയിരങ്ങളിൽ ഒരാളായി പേര് നൽകി വിഷ്ണു മറഞ്ഞതോടെ ഗാഥ വല്ലാത്ത പ്രതിസന്ധിയിലായി. ഒരു സ്വകാര്യ കമ്പനിയിൽ ചെറിയൊരു ജോലിയുള്ളതു കൊണ്ട് തട്ടി മുട്ടി പോകാൻ ആവുന്നുണ്ടെങ്കിലും മാളവികയെ സ്കൂളിൽ ചേർത്തതോടെ പ്രായോഗികമായി ചില ബുദ്ധിമുട്ടുകൾ വന്നു ചേരുകയായിരുന്നു.

സ്കൂൾ സമയം കഴിഞ്ഞു മാളവിക എത്തുമ്പോഴും ഗാഥയുടെ ജോലി സമയം കഴിഞ്ഞിട്ടുണ്ടാവില്ല. താൻ തിരിച്ചെത്തും വരെ അവളെ എവിടെ നിർത്തും? ശനിയാഴ്ച പോലെ തനിക്ക് ഓഫീസ് ഉള്ള ദിവസങ്ങളിൽ അവൾക്ക് ക്ലാസുണ്ടാവില്ല. അപ്പോഴെന്തു ചെയ്യും?

തൊട്ടടുത്ത വീട്ടിൽ അറുപതു കഴിഞ്ഞ വൃദ്ധദമ്പതികളാണ് താമസം. മാളവിക ആർമി അങ്കിൾ എന്ന് വിളിക്കുന്ന പട്ടാളത്തിൽ നിന്ന് വിരമിച്ച ഭാസ്കരനും അദ്ദേഹത്തിന്റെ ഭാര്യ സുമതിയും. ഗാഥയുടെ വിഷമം മനസിലാക്കി അവർ തന്നെയാണ് കുഞ്ഞിന്റെ ഉത്തരവാദിത്വം ഏറ്റെടുക്കാൻ ഇങ്ങോട്ടു സന്നദ്ധത അറിയിച്ചത്. ഗാഥയ്ക്ക് അതൊരു വലിയ ആശ്വാസമായിരുന്നു. ഒപ്പം അവളെ സ്കൂളിൽ വിടാനും തിരികെ കൊണ്ടുവരാനും ബേബിയുടെ

സ്കൂൾ വാനും ഏർപ്പാടാക്കിയതോടെ ഗാഥയുടെ മനസ്സിൽ നിന്ന് ആ വിഷമം തെല്ലു മാറി.

വിരസമായ തങ്ങളുടെ ജീവിതത്തിൽ മാളവികയുടെ സാന്നിധ്യം നിറം പകരുന്നത് മെല്ലെയെങ്കിലും ഭാസ്കരനും സുമതിയും തിരിച്ചറിഞ്ഞു. അവളുടെ ഓരോ കുഞ്ഞു കാര്യവും ശ്രദ്ധയോടെ വാത്സല്യത്തോടെ ചെയ്യാൻ ആ ദമ്പതികൾ ശ്രദ്ധവച്ചു.

ഇത്രയും അരുമയായ കുഞ്ഞിനേയും ഗാഥയേയും സ്വീകരിക്കാൻ വിസമ്മതിച്ച വിഷ്ണുവിന്റെയും കഥയുടെയും വീട്ടുകാരുടെ ജാതിബോധത്തെക്കുറിച്ചാലോചിച്ചു അവർ അത്ഭുതപ്പെടുകയും അമർഷം കൊല്ലുകയും ചെയ്തിരുന്നു.

എന്നാൽ കാലം ചില രാസപരിണാമങ്ങൾ വരുത്തിക്കൊണ്ടിരുന്നു. വിഷ്ണുവിന്റെ അമ്മ മാളവികയെ കാണാൻ ആഗ്രഹം പ്രകടിപ്പിച്ചിരുന്നെങ്കിലും കുടുംബത്തിലെ മറ്റുള്ളവരുടെ എതിർപ്പ് ഭയന്നിട്ടാവണം അവർ രഹസ്യമായി സ്കൂളിലും മറ്റും ചെന്ന് കുഞ്ഞിനെ ദൂരെ നിന്ന് കാണാൻ ശ്രമിച്ചത്.

പൂമ്പാറ്റയെ പോലെ പാറി നടക്കുന്ന കുഞ്ഞിനെ കണ്ടു അവരുടെ മനസ് വല്ലാത്ത വികാരത്തള്ളിച്ചകൾ അനുഭവിച്ചെങ്കിലും അന്യജാതിക്കാരിയായ ഗാഥയെ അംഗീകരിക്കാൻ അവർക്കപ്പോഴുമായിരുന്നില്ല.

'ഞാൻ നിന്റെ അച്ഛമ്മയാണ്'

ഐസ്ക്രീമും ചോക്കലേറ്റുമൊക്കെയായി തന്റെ മുന്നിൽ നിന്ന ആളെ അത്ഭുതത്തോടെ നോക്കി മാളവിക ചിരിച്ചു.

'അച്ഛമ്മയോടു നിന്റെ അമ്മയ്ക്ക് വഴക്കാ.. അതോണ്ട് അച്ഛമ്മ വന്നതും കണ്ടതുമൊന്നും മോള് അമ്മയോട് പറയരുത് ട്ടാ .. അച്ഛമ്മയ്ക്ക് ഇടയ്ക്ക് മോളെ കാണാണ്ട് പറ്റൂല്ലാ. അമ്മയറിഞ്ഞാൽ അത് ഇല്ലാതാക്കിക്കളയും, മോള് അമ്മയോട് പറയോ?'

'ഇല്ലാ പറയൂല്ല..' ചോക്കലേറ്റ് തിന്നവേ മാളവിക പറഞ്ഞു.

ദിവസങ്ങൾ കൊഴിഞ്ഞു. മാളവികയും അച്ഛമ്മയും തമ്മിലുള്ള കൂടിക്കാഴ്ചയുടെ എണ്ണം ഏറി വന്നു. ഗാഥയാകട്ടെ ഇതൊന്നും അറിഞ്ഞതുമില്ല. ഉച്ച ഇന്റർവെൽ സമയത്തൊക്കെ മാളവികയെ സ്കൂളിൽ നിന്ന് വിളിച്ചുകൊണ്ട് പോയി ഇന്റർവെൽ തീരും മുന്നേ തിരികെ വിടാൻ ആകും വിധം അവർ തമ്മിൽ അടുപ്പമുണ്ടായി.

ഒരു പരീക്ഷാദിനം വൈകുന്നേരം സ്ഥിരം സമയത്തു കുട്ടിയെ വിളിക്കാൻ വന്ന ബേബി എന്ന വാൻ ഡ്രൈവർക്ക് കുട്ടിയെ അവിടെ കണ്ടെത്താൻ ആയില്ല. പരീക്ഷ നേരത്തെ തീർന്നത് കൊണ്ട്

ഗാഥയോ, അങ്കിളോ കുഞ്ഞിനെ കൊണ്ട് പോയിക്കാണും എന്ന് കരുതി അയാൾ ശേഷിച്ച കുട്ടികളെയും കയറ്റി പോയി.

കൃത്യസമയത്തു കുട്ടി വീട്ടിലെത്താത്തതെന്തു എന്നാലോചിച്ചു വിഷമിച്ച ഭാസ്കരൻ ഗാഥയെ വിളിച്ചു, കുഞ്ഞിനെ അവൾ കൊണ്ട് പോയിട്ടുണ്ടോ എന്നന്വേഷിച്ചു.

അവൾ വിളിച്ചിട്ടില്ല എന്നറിഞ്ഞതോടെ അയാൾ സ്കൂട്ടർ എടുത്തു സ്കൂളിലേക്ക് പുറപ്പെട്ടു. ഗാഥയാകട്ടെ ആദ്യം ബേബിയെ വിളിച്ചെങ്കിലും അയാൾ സ്കൂളിൽ തിരഞ്ഞിട്ടും കുട്ടിയെ കണ്ടില്ല എന്നും നിങ്ങളാരോ വിളിച്ചു കൊണ്ട് പോയിരിക്കാം എന്ന് കരുതിയെന്നും പറഞ്ഞതോടെ അങ്കലാപ്പിലായി.

ഇതിനിടെ സ്കൂളിലെത്തിയ ഭാസ്കരൻ കുട്ടിയെ അവിടെ കണ്ടെത്തി. താൻ ടോയ്‌ലെറ്റിൽ പോയിട്ട് വന്നപ്പോ വാൻ പോയിക്കഴിഞ്ഞെന്നു മാളവിക ഭാസ്കരനോടു പറയുകയും ചെയ്തു. അയാൾ കുട്ടിയേയും കൊണ്ട് തിരികെ വീടെത്തിയപ്പോഴേക്കും ഗാഥയും ഓഫീസിൽ കാര്യം പറഞ്ഞിട്ട് വീടെത്തിയിരുന്നു.

കുഞ്ഞിനെ കാണാതായ വിവരമറിഞ്ഞു വല്ലാതെ തളർന്ന ഗാഥയ്ക്ക് മാളവികയോട് ആദ്യം ദേഷ്യമാണുണ്ടായത്. പിന്നെ അത് സങ്കടമായി, അവൾ കുഞ്ഞിനെ കെട്ടിപിടിച്ചു കുറെ കരഞ്ഞു. ദേഷ്യവും സങ്കടവുമെല്ലാം കെട്ടടങ്ങിയതോടെ അല്പം കഴിഞ്ഞു അവൾ മാളവികയുടെ ബാഗ് തുറന്നു. അതിൽ കുറെ ചോക്കലേറ്റുകൾ കണ്ടത് അവളെ അമ്പരപ്പിച്ചു. എന്നാൽ ക്ലാസിലുള്ള ഒരു കുട്ടിയുടെ ബർത്ത് ഡേ ആയതിനാൽ ആ കുട്ടി നൽകിയതാണ് മിഠായി എന്ന് മാളവിക പറഞ്ഞത്, ഗാഥയ്ക്ക് അത്രമേൽ വിശ്വാസം വന്നില്ല.

മാളവിക എന്തൊക്കെയോ ഒളിക്കുന്നില്ലേ എന്നൊരു സംശയം അവൾക്കുണ്ടായി.

'കൊച്ചു കുട്ടിയല്ലേ മോളെ അങ്ങനെ എന്തൊളിക്കാനാ?'

ഗാഥയുടെ സംശയം കേട്ടപ്പോ ഭാസ്കരൻ ഇങ്ങനെയാണ് ആദ്യം പ്രതികരിച്ചത്.

അങ്ങനെയൊന്നുമുണ്ടാവില്ല എന്ന് ഭാസ്കരനും സുമതിയും ഗാഥയെ സമാധാനിപ്പിച്ചു.

എങ്കിലും അയാൾക്കും അതിലെന്തോ കാര്യമില്ലേ എന്നൊരു തോന്നലുണ്ടാവാതിരുന്നില്ല.

ഗാഥയുടെ ബാഗിൽ ഇടയ്ക്കിടെ ചോക്ലേറ്റ് ഉണ്ടാവുന്നത് അവരും ശ്രദ്ധിച്ചിരുന്നു.

ശലഭം പറഞ്ഞത്

അന്നൊരു ശനിയാഴ്ചയായിരുന്നു. മാളവികയ്ക്ക് സ്കൂൾ അവധിയായിരുന്നെങ്കിലും ഗാഥയ്ക്ക് ജോലിക്ക് പോകേണ്ടതുണ്ടായിരുന്നു. ഉച്ചയൂണ് കഴിഞ്ഞു മാളവികയ്ക്കൊപ്പം ഇരുന്ന ഭാസ്കരൻ അവളോട് ഒരു കഥ പറഞ്ഞു.

'പണ്ട് പണ്ട് അങ്ങ് ദൂരെ മേഘങ്ങൾക്കിടയിൽ ഉള്ള ഒരു രാജ്യത്ത് ഒരു രാജകുമാരിയുണ്ടായിരുന്നു. അവൾക്ക് ചെറിപ്പഴങ്ങൾ വല്ലാതെ ഇഷ്ടമായിരുന്നു. ആ നാട്ടിൽ തന്നെ ഉള്ള ഒരു ദുർമന്ത്രവാദിയാകട്ടെ രാജകുമാരിയെ തട്ടിക്കൊണ്ടു പോയി തടവിലിടാൻ തക്കം പാർത്തിരിക്കയുമായിരുന്നു.

ഒരിക്കൽ കൊട്ടാരവളപ്പിൽ നിന്ന് ഇത്തിരി ദൂരെയായി രാജകുമാരി മനോഹരമായ ചെറിപ്പഴങ്ങൾ നിറഞ്ഞൊരു മരം കണ്ടു. അവൾ ആരുമറിയാതെ ആ മരത്തിന്റെ അടുത്തേക്ക് പോയി. അവൾ അടുത്തെത്തും തോറും ആ മരം ദൂരേയ്ക്ക് പൊയ്ക്കൊണ്ടിരുന്നു. ഭയന്ന രാജകുമാരി തിരികെ പോകാൻ നോക്കുമ്പോഴേക്കും അവൾ ദുർമന്ത്രവാദിയുടെ പിടിയിൽ അകപ്പെട്ടിരുന്നു.

മകളെ കാണാഞ്ഞു അവളുടെ അമ്മ രാജ്ഞിയും അച്ഛൻ രാജാവും ഒക്കെ വല്ലാതെ വിഷമിച്ചു. അവർ എല്ലായിടത്തും തിരഞ്ഞെങ്കിലും രാജകുമാരിയെ കണ്ടെത്തിയില്ല. ഒടുവിൽ അവർ ഒരു മന്ത്രവാദിയെ ശരണം പ്രാപിച്ചു. അയാൾ തന്റെ മാന്ത്രിക കുതിരപ്പുറത്തേറി രാജകുമാരിയെ അന്വേഷിച്ചു പോയി. കുറെ അലഞ്ഞപ്പോൾ അവളെ ആ ദുർമന്ത്രവാദി പിടികൂടി തടവിലിട്ടിരിക്കുകയാണെന്നു അയാൾക്ക് മനസിലായി.

അയാൾ ദുർമന്ത്രവാദിയോട് മല്ലിട്ട് അയാളെ കൊലപ്പെടുത്തി അവളെ മോചിപ്പിച്ചു.

ദുഷ്ടനായ മന്ത്രവാദി മരിക്കും മുൻപ് രാജകുമാരിയെ ശപിച്ചു. അവൾ ജീവിതത്തിലെ എന്നെങ്കിലും കളവു പറഞ്ഞാൽ അതോടെ അവളുടെ അമ്മയുടെ തല പൊട്ടിത്തെറിച്ചു മരിച്ചു പോകുമെന്നായിരുന്നു ആ ശാപം.

കൊട്ടാരത്തിൽ തിരിച്ചെത്തിയ രാജകുമാരിയോട് മേലിൽ ചെറിപ്പഴങ്ങൾ കഴിച്ചു പോകരുതെന്ന് അവളുടെ അമ്മ ആവശ്യപ്പെട്ടു. എന്നാൽ കുറെ നാളുകൾക്ക് ശേഷം ഒരു ഉത്സവം കാണാൻ ഇറങ്ങിയ രാജകുമാരി വഴിയിൽ നിന്ന് ചെറിപ്പഴം കഴിക്കുക തന്നെ ചെയ്തു.

തിരികെ കൊട്ടാരത്തിലെത്തിയ അവളോട് രാജ്ഞി ചെറിപ്പഴം കഴിച്ചോ എന്നന്വേഷിച്ചപ്പോ ഇല്ല എന്ന് അവൾ കളവു പറയുക

യും അതോടെ രാജ്ഞിയുടെ തലപൊട്ടി അവർ മരിക്കയും ചെയ്തു. ശിഷ്ടകാലം താൻ കാരണം മരിച്ചു പോയ അമ്മയെ ഓർത്തു വിഷമിച്ചു രാജകുമാരി ഒരു ഗുഹയിൽ കഴിഞ്ഞു.

ഇതായിരുന്നു അയാൾ പറഞ്ഞ കഥയുടെ സാരം! കഥയുടെ അവസാനഭാഗം എത്തിയപ്പോൾ മാളവിക അസ്വസ്ഥയായതു ഭാസ്കരൻ ശ്രദ്ധിക്കാതിരുന്നില്ല.

'അതെ ആർമി അങ്കിൾ. അങ്ങനെ കള്ളം പറഞ്ഞാൽ അമ്മമാരുടെ തല പൊട്ടുവോ?' മാളവിക ചോദിച്ചു.

'പിന്നില്ലേ... കുഞ്ഞുങ്ങൾ കളവു പറഞ്ഞാൽ അമ്മമാർക്കാ അതിന്റെ കേട്..'

ഭാസ്കരൻ ഗൗരവത്തിൽ തന്നെ ഉത്തരം പറഞ്ഞു.

മാളവിക മെല്ലെ എഴുന്നേറ്റു മുറ്റത്തേക്ക് നടന്നു അവളുടെ മനസ്സിലെന്തോ വിഷമം ഉണ്ടെന്നു ഭാസ്കരന് തോന്നിയെങ്കിലും അയാൾ കൂടുതൽ ചോദിയ്ക്കാൻ തുനിഞ്ഞില്ല.

ജോലി കഴിഞ്ഞു ഗാഥ എത്തിയതോടെ മാളവിക അവൾക്കൊപ്പം വീട്ടിലേക്ക് പോന്നു.

രാത്രി ഭക്ഷണത്തിനു ശേഷം അമ്മയുടെ അടുത്തു കിടക്കവേ കുഞ്ഞു മാളവികയ്ക്ക് ആർമി അങ്കിൾ പറഞ്ഞ കഥ ഓർമവന്നു. അവൾക്ക് വല്ലാത്ത സങ്കടമായി. അവളറിയാതെ കരഞ്ഞു പോയി.

'എന്താ മോളെ.. എന്തുപറ്റി, എന്തിനാ മോള് കരയുന്നേ?'

'അമ്മാ സോറി, അറിയാതെ പറഞ്ഞു പോയതാ.. ഇനി മോള് കള്ളം പറയൂല്ല.. അമ്മയോട് ഒരിക്കലും കള്ളം പറയൂലാ.'

'അതിനെന്റെ മോളെപ്പോഴാ കള്ളം പറഞ്ഞേ?'

മാളവിക അമ്മയെ കെട്ടിപിടിച്ചു മുഴുവൻ സത്യവും പറഞ്ഞു. ഗാഥ സ്തബ്ധയായി ഒക്കെയും കേട്ടിരുന്നു.

ഒടുവിൽ മകളുടെ നെറുകയിൽ ചുംബിച്ചു കൊണ്ട് അവൾ പറഞ്ഞു.

'സാരമില്ല. ഇപ്പോഴെങ്കിലും മോളെല്ലാം പറഞ്ഞല്ലോ. അത് മതി. അമ്മയ്ക്ക് വേറെ ആരാ ഉള്ളത്. ഇനി കള്ളം പറയണ്ടാ ട്ടാ...'

മകളെ ചേർത്ത് പിടിച്ച് ഉറങ്ങാൻ കിടക്കുമ്പോൾ അവളോർത്തു, വിഷ്ണുവിന്റെ അമ്മയാണ്, അവർക്കും ഒരു മനസുണ്ടാവില്ലേ? മകന്റെ മകളെ കാണാൻ അവർക്കും ആഗ്രഹമുണ്ടാവില്ലേ?

തനിക്ക് മാളവികയെ വിട്ടൊരു നിമിഷം ജീവിക്കാൻ ആവുമോ? അപ്പോൾ അവരുടെ കാര്യമോ?

പെട്ടെന്ന് ഗാഥയ്ക്ക് അവളുടെ അമ്മയെ ഓർമവന്നു.

അവർക്കും ഇത്തരം ചിന്തകൾ ഉണ്ടാവാതിരിക്കുമോ?

ആകെ ചിന്താക്കുഴപ്പത്തിലായി അവൾ എപ്പോഴോ ഉറങ്ങിപ്പോയി. പിറ്റേന്ന് അമ്മയെ ഒന്ന് വിളിക്കണമെന്നും സംസാരിക്കണമെന്നും അവൾ മനസ്സിൽ ഉറപ്പിച്ചിരുന്നു.

○○

www.ingramcontent.com/pod-product-compliance
Lightning Source LLC
LaVergne TN
LVHW060149051026
849517LV00007B/2605
* 9 7 8 9 3 9 1 0 8 5 2 7 8 *